新完全マスター
単語
日本語能力試験
N4
重要1000語

監修　石井怜子

著　塩田安佐　田中和佳子　青柳方子　木村典子　細井和代　守屋和美
山崎洋子　米原貴子

スリーエーネットワーク

Published by 3A Corporation.
Trusty Kojimachi Bldg., 2F, 4, Kojimachi 3-Chome, Chiyoda-ku, Tokyo 102-0083, Japan

ISBN978-4-88319-905-1 C0081

First published 2022
Printed in Japan

はじめに

初級も後半に入ると、学習する言葉も増えてきます。これらの初級の言葉をしっかり身に付けておくことが、中級に進むときの基礎の力となり、自信ともなります。この本に載っている１０００語は、複数のコーパスと初級日本語教科書、日本語能力試験のサンプルを分析して選びました。初級前半が終わった人が、言葉を整理しながら効率よく学習を進めるのに最適です。

本書のポイント！

① 覚えやすい構成

品詞別の構成で覚えやすく、また自分が勉強したいところから学習できます。

② 文の中で意味を確認

易しく自然な例文で、言葉のイメージがつかめます。

③ 学習した言葉を文章（「読んでみよう」）の中で復習

単語のまとまりごとに、そこで学習した言葉（太字で示してあります）が入った文章があり、実践的な復習ができます。

④ 聞いて確認

見出しの言葉と「読んでみよう」の音声を聞けるアプリがあるので、覚えた言葉を耳で確認できます。

(https://www.3anet.co.jp/np/books/3666/)

⑤ 豊富な参考語で語彙力をアップ

関連する参考語が載っているので、言葉を関連付けて深く学べます。

Preface

As you enter the second half of the beginner level, the number of words you will learn will increase. It is important to learn these beginner-level words, as they will provide the foundation and confidence you will need when advancing to the intermediate level. The 1000 words in this book have been selected by analyzing multiple corpora, beginner Japanese textbooks, and samples of the Japanese Language Proficiency Test. This book is ideal for those of you who have completed the first half of the beginner level, allowing you to efficiently proceed with your studies while grasping words in various categories.

This book's distinctive points!

① It has an easy to learn structure.
As the book is organized according to word class, it makes it easier to learn; moreover, you can study from any place in the book that you wish.

② You can confirm the word's meaning in an example sentence.
Through the easy and natural example sentences, you can get a clear image of the word.

③ You can review the words you have learned by reading them in "読んでみよう."
For each group of words, there is reading material containing the words you have studied up to that point (shown in bold), allowing you to do a hands-on review.

④ You can confirm the pronunciation of the word through hearing it.
You can download an application enabling you to hear the headwords and sentences in 読んでみよう in spoken form, so you can check the pronunciation of the words you have learned.
(https://www.3anet.co.jp/np/books/3666/)

⑤ There is an abundant number of reference words to boost your vocabulary.
Associated reference words are given to deepen your study of the related word.

前言

初级日语的学习进入到后期，要学的单词也慢慢多了起来。熟练掌握这些初级词汇将会为你进入中级日语学习阶段打下基础，也能增强你的信心。本书的1000个词汇是在分析了众多语料库、初级日语教材、日语能力考试样卷后精心选出的，非常适合结束了初级日语前期阶段的学习者一边整理词汇，一边高效地推进下一步的学习。

本书特色

① 编排合理，方便记忆
所有单词按词性分类，方便记忆，还可以针对性地学习自己感兴趣的部分。

② 通过句子，掌握单词的词义
例句简单自然，可以正确掌握单词的词义。

③ 通过文章（"読んでみよう"），复习所学的单词
每一系列的单词总结部分都设置了短文读物，其中包含了已学词汇（加粗表示），可以在实践中复习。

④ 用耳朵确认
本书配有包含词条及听"読んでみよう"音频的APP。可以用耳朵确认所学的词汇。(https://www.3anet.co.jp/np/books/3666/)

⑤ 丰富的参考词，提高词汇量
辅有相关联的参考词，通过联想记忆可以深入学习该单词。

Lời nói đầu

Bước sang nửa sau của trình độ sơ cấp, các từ vựng cần học cũng tăng lên. Việc nắm vững các từ vựng sơ cấp này sẽ mang lại năng lực cơ bản cũng như sự tự tin để đi tiếp lên trung cấp. 1000 từ vựng trong sách này đã được tuyển chọn từ nhiều kho ngữ liệu, cũng như các sách giáo khoa tiếng Nhật sơ cấp và đề thi năng lực Nhật ngữ. Sách này rất thích hợp cho người đã hoàn thành nửa đầu sơ cấp vừa sắp xếp lại từ vựng vừa tiếp tục việc học của mình một cách hiệu quả.

Các điểm đặc trưng của cuốn sách!

① Bố cục dễ nhớ
Dễ nhớ nhờ bố cục phân chia các từ loại. Ngoài ra phù hợp với cả những đối tượng muốn tự ôn tập.

② Xác nhận lại ý nghĩa qua các câu văn
Nắm bắt được ấn tượng của các từ vựng thông qua các ví dụ tự nhiên và dễ hiểu.

③ Ôn tập lại từ vựng đã học qua các đoạn văn "読んでみよう"
Cứ sau một lượng từ vựng nhất định sẽ có bài đọc chứa các từ đã học (được in đậm), để người học có thể ôn lại một cách thực tiễn.

④ Nghe và xác nhận
Vì có ứng dụng để có thể nghe được phát âm các từ vựng trong danh sách từ vựng và phần "読んでみよう" nên người học có thể xác nhận lại từ vựng đã học bằng đôi tai của mình.
(https://www.3anet.co.jp/np/books/3666/)

⑤ Nâng cao năng lực từ vựng thông qua các từ vựng tham khảo phong phú
Cung cấp thêm các từ vựng tham khảo có liên quan, giúp người học có thể hiểu sâu các từ vựng.

目　次

Contents　目录　Mục lục

はじめに Preface　前言　Lời nói đầu

この本の使い方 8
How to Use This Book
本书使用方法
Cách sử dụng cuốn sách này

名詞　人と人の関係 11
Nouns - Personal Relationships
名词 - 人际关系
Danh từ - Quan hệ giữa người và người

名詞　家族・人 14
Nouns - Family and People
名词 - 家庭与人物
Danh từ - Gia đình, con người

名詞　時間 18
Nouns - Time
名词 - 时间
Danh từ - Thời gian

名詞　交通 20
Nouns - Transportation
名词 - 交通
Danh từ - Giao thông

名詞　世界と日本 23
Nouns - The World and Japan
名词 - 世界与日本
Danh từ - Thế giới và Nhật Bản

名詞　体と病気 24
Nouns - Body and Illness
名词 - 身体与疾病
Danh từ - Cơ thể và bệnh tật

名詞　心・考え 28
Nouns - Mind and Thought
名词 - 内心与思想
Danh từ - Tâm hồn, tư duy

読んでみよう１ 30

名詞　学校・教育 34
Nouns - School and Education
名词 - 学校与教育
Danh từ - Trường học, giáo dục

名詞　社会 38
Nouns - Society
名词 - 社会
Danh từ - Xã hội

名詞　ＩＴ・技術 42
Nouns - IT and Technology
名词 - IT 与技术
Danh từ - Công nghệ thông tin, kỹ thuật

名詞　仕事 45
Nouns - Work
名词 - 工作
Danh từ - Công việc

名詞　町の中 46
Nouns - In the Town
名词 - 城市之中
Danh từ - Trên phố

名詞　建物や家の中 50
Nouns - Inside Buildings and Houses
名词 - 建筑物中或家中
Danh từ - Trong tòa nhà, trong nhà

読んでみよう２ 56

名詞　毎日の生活 60
Nouns - Everyday Life
名词 - 日常生活
Danh từ - Cuộc sống hàng ngày

名詞　食事・食べ物 65
Nouns - Meals and Food
名词 - 饮食与食物
Danh từ - Bữa ăn, thức ăn

名詞　服や靴 67
Nouns - Clothes and Shoes
名词 - 衣物鞋类
Danh từ - Quần áo và giày dép

名詞　色の名前 68
Nouns - Names of Colors
名词 - 颜色的名称
Danh từ - Tên màu sắc

名詞　安全な生活 68
Nouns - Living Safety
名词 - 安全的生活
Danh từ - Cuộc sống an toàn

名詞　文化・趣味 70
Nouns - Culture and Hobbies
名词 - 文化与爱好
Danh từ - Văn hóa, sở thích

名詞　スポーツ 74
Nouns - Sports
名词 - 体育
Danh từ - Thể thao

読んでみよう３ 76

名詞　いろいろな言葉 …… 80
Nouns - Various Words
名词 - 各种词汇
Danh từ - Từ vựng các loại

名詞　どこ・どのくらい …… 88
Nouns - Where / How Much
名词 - 地点与程度
Danh từ - Ở đâu, đến mức nào

名詞　自然 …… 92
Nouns - Nature
名词 - 自然
Danh từ - Thiên nhiên

読んでみよう4 …… 96

動詞1 …… 100
Verbs 1
动词 1
Động từ 1

読んでみよう5 …… 114

動詞2 …… 118
Verbs 2
动词 2
Động từ 2

読んでみよう6 …… 132

い形容詞 …… 136
i-Adjectives
い形容词
Tính từ đuôi i

な形容詞 …… 139
na-Adjectives
な形容词
Tính từ đuôi na

読んでみよう7 …… 144

副詞 …… 148
Adverbs
副词
Phó từ

連体詞 …… 156
Adnominal Adjectives
连体词
Tiền tố bổ nghĩa cho danh từ, Tính từ

接続詞 …… 157
Conjunctions
接续词
Liên từ

読んでみよう8 …… 158

敬語 …… 162
Honorific Expressions
敬语
Kính ngữ

挨拶 …… 166
Greetings
寒暄语
Chào hỏi

感動詞 …… 169
Interjections
感叹词
Thán từ

読んでみよう9 …… 170

接辞 …… 174
Prefixes and Suffixes
接头词 / 接尾词
Phụ tố

数字・助数詞 …… 179
Numbers and Counter Words
数字与数量词
Số và trợ số từ

付録 …… 182
Appendix　附录　Phụ lục

索引 …… 195
Index　索引　Mục lục tra cứu

この本の使い方

①　②　③　④　⑤　⑥　⑦

□ 0014 そうだん 相談 する consult 请教、商量 nhờ tư vấn	先生に勉強の仕方を相談しました。 I consulted my teacher about how to study. 我向老师请教了学习的方法。 Tôi đã nhờ giáo viên tư vấn cách học. ✲相談会　✲電話相談

① 覚えたらチェックしましょう。

② 1から1000まであります。

③ 覚える言葉とその表記です。

（「する」が付けられる名詞は、する が付いています。）

④ 見出し語の英語と中国語とベトナム語の訳です。

⑤ 例文を読んで、言葉を覚えましょう。

⑥ 例文の英語と中国語とベトナム語の訳です。

⑦ 参考語　自 見出し語の自動詞　他 見出し語の他動詞

⇔ 見出し語の対義語／対語

✤ 見出し語のグループ語／類義語

✲ 見出し語の複合語／派生語など

使い方の例

言葉とその意味を覚える。音声も聞こう。

→ 例文を読んで、使い方を知る。

→ 参考語を見て、言葉の使い方を広げる。

→ 「読んでみよう」を読んで、聞いて、復習する。

How to Use This Book

① Once you have learned the word, tick the box.

② There are 1,000 entries.

③ The word to learn and its transcription (する is attached to the noun if it can be used as a " する " verb.)

④ The English, Chinese and Vietnamese translation of the word

⑤ Read the example sentence and learn it.

⑥ The English, Chinese and Vietnamese translation of the sentence

⑦ Reference word

自 Entry's intransitive form

他 Entry's transitive form

⇔ Entry's antonym/pair word

✤ Entry's related term/synonyms

✲ Entry in a compound or derivative word

Example Usage

Learn the word and its meaning. Also listen to how it sounds.

↳ Read the example sentence and become familiar with how to use it.

↳ Look at the reference word to broaden your knowledge of how the word is used.

↳ Read and listen to " 読(よ)んでみよう ," and then use it to review what you have learned.

本书使用方法

① 记住单词就打个钩吧。

② 表示第 1 个至第 1,000 个单词。

③ 要记住的单词和其表记。(可以加 "する" 的名词，后面有 する 。)

④ 单词配有英语、汉语和越南语的翻译。

⑤ 读例句，背单词。

⑥ 例句配有英语、汉语和越南语的翻译。

⑦ 参考词

自 词条的自动词

他 词条的他动词

⇔ 词条的反义词

✤ 词条的同类词 / 同义词

✲ 词条的复合词 / 派生词等

具体使用方法

掌握单词和词义，还要听音频。

↳ 读例句，掌握单词的使用方法。

↳ 看参考词，拓展单词的使用方法。

↳ 听读 "読(よ)んでみよう"，复习相关单词。

Cách sử dụng cuốn sách này

① Cùng kiểm tra lại sau khi ghi nhớ.

② Có tới 1000 từ vựng.

③ Từ vựng cần ghi nhớ và cách biểu thị của nó. (Những danh từ có thể kết hợp với "する" sẽ có kèm theo する)

④ Có phần dịch tiếng Anh, tiếng Trung Quốc và tiếng Việt kèm theo.

⑤ Đọc các ví dụ mẫu và ghi nhớ từ vựng.

⑥ Có phần dịch tiếng Anh, tiếng Trung Quốc và tiếng Việt kèm theo.

⑦ Từ tham khảo.

- 自 Tự động từ trong danh sách từ vựng.
- 他 Tha động từ trong danh sách từ vựng.
- ⇔ Các từ trái nghĩa, đối nghĩa trong danh sách từ vựng.
- ✿ Các từ cùng nhóm nghĩa, các từ đồng nghĩa trong danh sách từ vựng.
- ☀ Các từ phức/các từ phát sinh trong danh sách từ vựng.

Ví dụ về cách sử dụng

Ghi nhớ từ vựng và ý nghĩa của chúng. Lắng nghe cả cách phát âm.

↳ Đọc ví dụ mẫu để biết cách sử dụng.

↳ Xem các từ tham khảo để mở rộng cách sử dụng từ.

↳ Đọc các bài đọc "読んでみよう" nghe và ôn tập.

名詞　人と人の関係

Nouns – Personal Relationships
名词 – 人际关系
Danh từ – Quan hệ giữa người và người

0001 あいさつ 挨拶 する greet 打招呼 chào hỏi	朝、友達に会ったら、「おはよう」と挨拶します。 If I see friends in the morning, I greet them with "Morning." 早晨见到朋友的话就打招呼说"早上好"。 Buổi sáng gặp bạn thì chào là: "Chào buổi sáng".
0002 へんじ 返事 する answer, reply 回复、回答 trả lời	名前を呼ばれた人は、返事をしてください。 If your name is called out, please answer. 被叫到名字的人请回答。 Người được gọi tên vui lòng trả lời.
0003 かいわ 会話 する converse, talk 交谈 nói chuyện	日本人の友達と会話をするのは、楽しいです。 It's fun talking with my Japanese friends. 和日本朋友交谈很开心。 Nói chuyện với bạn người Nhật rất vui.
0004 じこしょうかい 自己紹介 する self-introduce 做自我介绍 tự giới thiệu	新しい先生は、「林です」と自己紹介しました。 The new teacher introduced himself as Hayashi. 新来的老师做自我介绍时说："我叫林。" Giáo viên mới đã tự giới thiệu: "Tôi là Hayashi".
0005 しょうかい 紹介 する introduce, present 介绍 giới thiệu	紹介するよ。こちら、僕の先輩のキムさん。 I'll introduce you. This is my senior Mr. Kim. 我来介绍一下。这位是我的前辈，金先生。 Để mình giới thiệu, đây là anh Kim, tiền bối của mình.
0006 しょうたい 招待 する invite 邀请 mời	お正月に先生のお宅に招待されました。 I was invited to my teacher's house for New Year. 新年期间，老师邀请我去他家做客。 Tôi được giáo viên mời đến nhà vào dịp Tết.

0007

やくそく
約束 する

promise
约定
hứa

友達と「来年また会おうね」と約束しました。
I promised my friend to meet again next year.
我和朋友约定明年再见。
Tôi đã hứa với bạn: "Năm sau lại gặp nhau nhé".

〔約束を守る〕 keep a promise 遵守约定 giữ lời hứa

父との約束を守って、卒業したら帰国します。
I will keep my promise to my father and return to my country after graduating.
我会遵守与父亲的约定，一毕业就回国。
Giữ lời hứa với cha mình, tốt nghiệp xong tôi sẽ về nước.

0008

デート する

date
约会
hẹn hò

次の日曜に、彼女と初めてデートします。
Next Sunday, I am going on a date with my girlfriend for the first time.
下个星期天，我将第一次和我的女朋友约会。
Vào Chủ nhật tới, tôi sẽ hẹn hò với bạn gái lần đầu tiên.

0009

けっこんしき
結婚式

wedding ceremony
婚礼
lễ kết hôn

来年の６月に、教会で結婚式をする予定です。
Next June, we are planning to have our wedding ceremony at a church.
我们计划明年6月在教堂举办婚礼。
Chúng tôi dự định tổ chức lễ kết hôn ở nhà thờ vào tháng 6 năm sau.

0010

プレゼント する

give a present
送礼物
tặng quà

妹の誕生日にセーターをプレゼントしました。
For my younger sister's birthday, I gave her a sweater.
妹妹生日，我送了她一件毛衣。
Tôi đã tặng em gái một chiếc áo len vào ngày sinh nhật.

☀～プレゼント（例：誕生日プレゼント）

0011

おくりもの
贈り物

gift
礼物
quà tặng

結婚する人には、どんな贈り物がいいですか。
What sort of gift is good for people getting married?
给将要结婚的人送什么礼物好呢?
Nên tặng quà gì cho người sắp kết hôn ạ?

✿プレゼント

0012

（お）いわい
（お）祝い

celebration
庆祝
sự ăn mừng

父の誕生日のお祝いに、妹とケーキを作りました。
To celebrate our father's birthday, my younger sister and I made a cake.
为了庆祝爸爸的生日，我和妹妹一起做了蛋糕。
Tôi cùng em gái làm bánh ngọt để mừng sinh nhật cha.

☀結婚祝い

0013

おれい
お礼

thanks
感谢
sự cảm ơn

お世話になった方に、お礼の手紙を書きました。
I wrote a thank-you letter to the person who took care of me.
我给照顾过我的人写了感谢信。
Tôi viết thư cảm ơn người đã giúp đỡ mình.

0014

そうだん
相談 する
consult
请教、商量
nhờ tư vấn

先生に勉強の仕方を相談しました。
I consulted my teacher about how to study.
我向老师请教了学习的方法。
Tôi đã nhờ giáo viên tư vấn cách học.
☀相談会　☀電話相談

0015

アドバイス する
advise
提建议
cho lời khuyên

君のアドバイスは、試験にとても役に立ったよ。
Your advice was really useful in the exam.
你提的建议在考试中派上大用场了。
Lời khuyên của cậu đã rất hữu ích trong kỳ thi đấy.

0016

ちゅうい①
注意 する
warn
提醒
nhắc nhở

道で遊んでいる子供に、「危ない」と注意しました。
I warned the children playing in the road that it was dangerous.
我提醒在路上玩耍的小孩"很危险"。
Tôi đã nhắc nhở bọn trẻ đang chơi ngoài đường là: "Nguy hiểm đấy".

0017

きょうそう
競争 する
compete
竞争
thi đua

次のテストでどちらがいい点を取るか、競争しよう。
Let's compete to see which one will score better in the next test.
我们来比一比下次考试谁考得更好吧。
Chúng mình cùng thi xem ai sẽ được điểm cao trong bài kiểm tra sắp tới nhé.

0018

けんか する
fight, quarrel
吵架、打架
đánh nhau, cãi nhau

弟とゲームのことでけんかしました。
I quarreled with my younger brother about the game.
我和弟弟因游戏吵了一架。
Tôi đã cãi nhau với em trai về trò chơi điện tử.
☀兄弟げんか

0019

うそ
lie
谎话
lời nói dối

お菓子を食べたのは、僕じゃない。うそじゃないよ。
I wasn't the one who ate the sweets. It is not a lie.
把零食吃光的人不是我。我没骗你。
Người ăn bánh không phải là con. Con không nói dối đâu mà.

〔うそをつく〕 tell a lie　撒谎　nói dối

母に「試験はできた」とうそをつきました。
I lied to my mother and said, "I got a good grade in the exam."
我对妈妈撒谎说："考试考得很好。"
Tôi đã nói dối mẹ rằng: "Con làm bài thi tốt lắm".

0020

いじめ
bullying
欺凌
sự bắt nạt

娘のクラスで、いじめが起きています。
There is bullying in my daughter's class.
我女儿的班级里存在校园欺凌问题。
Có chuyện bắt nạt xảy ra trong lớp con gái tôi.

名詞　家族・人

Nouns – Family and People
名词 – 家庭与人物
Danh từ – Gia đình, con người

0021

おっと
夫
my husband
我的丈夫
chồng mình

私は看護師で、夫は公務員です。
I'm a nurse and my husband's a civil servant.
我是一名护士，我的丈夫是一名公务员。
Tôi là y tá còn chồng tôi là công chức.
⇔妻

0022

つま
妻
my wife
我的妻子
vợ mình

私と妻は３年前に結婚しました。
My wife and I got married three years ago.
我和妻子3年前结了婚。
Tôi và vợ tôi đã kết hôn 3 năm trước.
⇔夫

0023

(ご) しゅじん
(ご) 主人
husband
男主人
chồng người khác

隣のご主人は、毎朝、ジョギングをしています。
The husband next door jogs every morning.
邻居家的男主人每天早上都会慢跑。
Anh chồng nhà hàng xóm sáng nào cũng chạy bộ.
⇔奥さん　⇔妻

0024

パパ
daddy
爸爸
ba

１歳になった子供は、私をパパと呼びます。
My one-year-old child calls me daddy.
我1岁的孩子叫我爸爸。
Đứa con lên 1 tuổi gọi tôi là ba.
⇔ママ

0025

ママ
mummy
妈妈
mẹ

「お姉ちゃん、ママはどこ？」「買い物に行ったよ」
"Sister, where's mummy?" "She's gone shopping."
"姐姐，妈妈去哪儿了？""妈妈去买东西了。"
"Chị ơi, mẹ đâu?" "Mẹ đi mua đồ rồi".
⇔パパ

0026

こ
子
child
孩子
con, đứa trẻ

私には子供が２人いて、上の子は７歳です。
I have two children and the older one is seven years old.
我有两个孩子，大一点的7岁了。
Tôi có 2 con, đứa lớn 7 tuổi.

あの子は娘の友達です。
That child is my daughter's friend.
那个孩子是我女儿的朋友。
Đứa trẻ kia là bạn của con gái tôi.
☀お子さん

☐ 0027
むすこ（さん）
息子（さん）
son
儿子
con trai

休(やす)みの日(ひ)には、息子(むすこ)と一緒(いっしょ)に釣(つ)りをします。
On days off, I go fishing with my son.
休息日我会和儿子一起钓鱼。
Vào ngày nghỉ, tôi cùng con trai đi câu cá.
⇔娘(むすめ)（さん）

☐ 0028
むすめ（さん）
娘（さん）
daughter
女儿
con gái

娘(むすめ)は今年(ことし)から水泳(すいえい)を習(なら)っています。
My daughter has been learning to swim since this year.
我的女儿今年开始学游泳了。
Con gái tôi năm nay đang học bơi.
⇔息子(むすこ)（さん）

☐ 0029
そふ
祖父
my grandfather
我的爷爷、姥爷
ông mình

祖父(そふ)は７０歳(ななじゅっさい)ですが、今(いま)でも仕事(しごと)をしています。
My grandfather is 70, but he is still working.
我的爷爷已经70岁了，但他现在还在工作。
Ông tôi đã 70 tuổi nhưng vẫn còn đi làm.
⇔祖母(そぼ)　✤おじいさん

☐ 0030
そぼ
祖母
my grandmother
我的奶奶、姥姥
bà mình

祖母(そぼ)はよく、祖父(そふ)と知(し)り合(あ)ったころの話(はなし)をします。
My grandmother often talks about when she met my grandfather.
我的奶奶经常讲起刚认识爷爷的时候发生的事。
Bà tôi hay kể chuyện hồi mới quen ông tôi.
⇔祖父(そふ)　✤おばあさん

☐ 0031
おじ（さん）
uncle
伯伯、叔叔、舅舅
chú, bác (trong gia đình)

父(ちち)が死(し)んでからは、おじの世話(せわ)になりました。
After my father died, my uncle looked after me.
父亲去世后，伯伯养我长大。
Sau khi cha mất, tôi được chú nuôi dưỡng.
⇔おば（さん）

☐ 0032
おば（さん）
aunt
姑妈、姨妈
cô, dì (trong gia đình)

東京(とうきょう)に住(す)んでいるおばは、母(はは)の妹(いもうと)です。
My aunt living in Tokyo is my mother's younger sister.
住在东京的姨妈是我妈妈的妹妹。
Người dì đang sống ở Tokyo là em của mẹ tôi.
⇔おじ（さん）

☐ 0033
あかちゃん
赤ちゃん
baby
小宝宝
em bé

昨日(きのう)、姉(あね)に男(おとこ)の赤(あか)ちゃんが生(う)まれました。
Yesterday, my older sister gave birth to a baby boy.
昨天我姐姐生了一个男宝宝。
Chị tôi sinh bé trai vào hôm qua.
✤赤(あか)ん坊(ぼう)

☐ 0034
あかんぼう
赤ん坊
baby
婴儿
trẻ sơ sinh

赤(あか)ん坊(ぼう)が泣(な)いている声(こえ)が聞(き)こえます。
I can hear a baby crying.
听到了婴儿啼哭的声音。
Tôi nghe thấy tiếng khóc của trẻ sơ sinh.
✤赤(あか)ちゃん

0035

おとな
大人
adult
成年人
người lớn

僕(ぼく)、大人(おとな)になったら、お巡(まわ)りさんになりたいな。
When I grow up, I want to be a policeman.
我长大成人后想做一名巡警。
Khi lớn lên, con muốn làm cảnh sát.

⇔子供(こども)

0036

おじさん
middle-aged man
叔叔
chú, bác (người quen)

隣(となり)のおじさんは、毎朝(まいあさ)、庭(にわ)を掃除(そうじ)しています。
The middle-aged man next door cleans the garden every morning.
隔壁的叔叔每天早上都会打扫院子。
Bác hàng xóm sáng nào cũng quét dọn vườn.

⇔おばさん

0037

おばさん
middle-aged woman
阿姨
cô, dì (người quen)

八百屋(やおや)のおばさんは、元気(げんき)で明(あか)るい人(ひと)です。
The middle-aged woman working at the greengrocer's is a lively, cheerful person.
蔬果店的阿姨是个精力充沛又开朗的人。
Cô bán rau quả là người vui vẻ, hoạt bát.

⇔おじさん

0038

おとしより
お年寄り
elderly person
老年人
người lớn tuổi

この市(し)に、７５歳以上(ななじゅうごさいいじょう)のお年寄(としよ)りが２万人(にまんにん)います。
There are 20,000 elderly people of 75 years and older in this city.
这座城市75岁以上的老年人有2万人。
Thành phố này có 20 nghìn người lớn tuổi từ 75 tuổi trở lên.

0039

せんぱい
先輩
senior
前辈
tiền bối

先輩(せんぱい)にアルバイトを紹介(しょうかい)してもらいました。
My senior introduced me to a part-time job.
我请前辈为我介绍了一份兼职工作。
Tôi được tiền bối giới thiệu việc làm thêm.

0040

きゃく
客
guest / customer
访客；顾客
khách

あしたはお客(きゃく)が来(く)るので、家(いえ)にいます。
As we have a guest coming tomorrow, I'll be at home.
明天有客人来访，所以我会呆在家里。
Mai có khách đến nên tôi sẽ ở nhà.

デパートは、たくさんの客(きゃく)で混(こ)んでいました。
The department store was crowded with many customers.
百货店里挤满了客人。
Cửa hàng bách hóa đông nghẹt khách.

☀お客様(きゃくさま)　☀お客(きゃく)さん　☀～客(きゃく)（例(れい)：買(か)い物客(ものきゃく)）

0041

（お）かねもち
（お）金持ち
rich person
有钱人
người giàu có

子供(こども)のころの夢(ゆめ)は、お金持(かねも)ちになることでした。
My childhood dream was to become rich.
我小时候的梦想是当一个有钱人。
Ước mơ hồi bé của tôi là trở thành người giàu có.

0042

ひとびと
人々
people
人们
người (số nhiều)

昔の人々の生活について、ネットで調べました。
I searched online about the lives of people in the past.
我在网上查了查人们过去的生活。
Tôi đã lên mạng tra về cuộc sống của những người thời xưa.

0043

だんせい
男性
male
男性
nam giới

男性のトイレは階段の右側にあります。
The men's toilet is on the right side of the stairs.
男厕在楼梯的右侧。
Nhà vệ sinh nam nằm bên phải cầu thang.

⇔女性

0044

じょせい
女性
female
女性
nữ giới

この店は女性のお客様が多いです。
This store has many female customers.
这家店有许多女性客人。
Cửa hàng này có nhiều khách nữ.

⇔男性

0045

だんじょ
男女
men and women
男女
nam và nữ

このセーターは、男女のどちらでも着られます。
This sweater can be worn by either men or women.
这件毛衣男女都能穿。
Cái áo len này nam nữ đều mặc được.

0046

かれ
彼
he / boyfriend
他；男朋友
từ chỉ người nam ngôi thứ 3 / bạn trai

彼は有名な音楽家です。
He is a famous musician.
他是一位有名的音乐家。
Ông ấy là nhạc sĩ nổi tiếng.

彼を両親に紹介しようと思っています。
I'm thinking of introducing my boyfriend to my parents.
我打算把男朋友介绍给父母认识。
Tôi dự định giới thiệu bạn trai với ba mẹ mình.

⇔彼女

0047

かのじょ
彼女
she / girlfriend
她；女朋友
từ chỉ người nữ ngôi thứ 3 / bạn gái

彼女はクラスでいちばん背が高いです。
She is the tallest in the class.
她在我们班上个子最高。
Cô ấy cao nhất lớp.

兄は彼女ができて、うれしそうです。
My older brother looks so happy to have a girlfriend.
我哥哥交到了女朋友，看起来很高兴。
Anh tôi có bạn gái nên có vẻ vui.

⇔彼

0048

かれら
彼ら
they
他们
họ

彼らは、私と同じ学校の生徒です。
They are students at the same school as me.
他们是我同校的学生。
Họ là học sinh cùng trường với tôi.

0049 **きみ** **君** you 你 từ chỉ ngôi thứ 2	**子供のころ、よく君の家で遊んだね。** I used to play a lot at your house when I was a child. 小时候我经常去你家玩儿呢。 Hồi còn nhỏ mình hay tới nhà cậu chơi nhỉ.
0050 **ぼく** **僕** I 我 từ chỉ mình	**妹が生まれて、僕はお兄ちゃんになったよ。** My sister was born, and I became an older brother. 妹妹出生了，我当大哥哥啦。 Em gái ra đời nên giờ con thành anh rồi đó.
0051 **みな** **皆** everyone 各位 mọi người	**帰国しても、皆様のことは忘れません。** Even after I have returned to my country, I will never forget you all. 即使我回国了也不会忘记各位的。 Dù về nước tôi cũng sẽ không quên mọi người. ❀ みんな　☀ 皆さん

名詞　時間

Nouns – Time
名词 – 时间
Danh từ – Thời gian

0052 **ひ①** **日** day 天 ngày	**スキーに行く日の朝、けがをしてしまいました。** The morning of the day we went skiing, I got injured. 去滑雪的那天早上受伤了。 Tôi lỡ bị thương vào buổi sáng ngày đi trượt tuyết.
0053 **ごぜんちゅう** **午前中** morning 上午 buổi sáng	**いつも日曜の午前中に掃除や洗濯をします。** On Sunday mornings I always do the cleaning and the laundry. 我一直在周日上午打扫卫生、洗衣服。 Tôi luôn quét dọn, giặt giũ vào sáng Chủ nhật.
0054 **ひるま** **昼間** daytime 白天 ban ngày	**昼間に働いて、夜は勉強ですか。大変ですね。** You work during the day and study at night? That's tough. 白天工作，晚上还要学习？真辛苦啊。 Bạn đi làm ban ngày và học ban đêm à? Vất vả nhỉ!
0055 **こんや** **今夜** this evening 今晚 đêm nay	**今夜の月は、大きくて明るいです。** The moon this evening is big and bright. 今晚的月亮又大又亮。 Trăng đêm nay vừa to vừa sáng. ❀ 今晩

0056

ゆうべ
last night
昨晚
tối hôm qua

ゆうべは暑くて、よく眠れませんでした。
Last night it was hot and I couldn't sleep well.
昨晚很热，我没睡好。
Tối hôm qua trời nóng nên tôi không ngủ được.

0057

あす
明日
tomorrow
明天
ngày mai

明日は今日よりも暖かくなるそうです。
I hear that tomorrow will be warmer than today.
明天好像会比今天还暖和。
Nghe nói ngày mai trời sẽ ấm hơn hôm nay.

❀ あした

0058

しゅうまつ
週末
weekend
周末
cuối tuần

週末に来週の食料品を買っておきます。
At the weekend, I buy the following week's groceries.
周末的时候先买好下个星期的食材。
Cuối tuần, tôi mua sẵn thực phẩm cho tuần sau.

0059

さらいしゅう
再来週
the week after next
下下周
tuần sau nữa

レポートは、再来週までに出してください。
Please submit the report by the week after next.
请在下下周之前提交报告。
Hãy nộp lại bài báo cáo trước tuần sau nữa.

❀ 再来月　❀ 再来年

0060

さらいげつ
再来月
the month after next
下下个月
tháng sau nữa

再来月で、妹は二十歳になります。
The month after next, my younger sister will be 20 years old.
我的妹妹下下个月就二十岁了。
Em gái tôi sẽ tròn 20 tuổi vào tháng sau nữa.

❀ 再来週　❀ 再来年

0061

はんとし
半年
half a year
半年
nửa năm

日本語の勉強を始めて半年になります。
It's been six months since I started studying Japanese.
我学日语半年了。
Tôi học tiếng Nhật được nửa năm.

0062

しょうらい
将来
future
将来
tương lai

将来の夢は医者になることです。
My dream for the future is to become a doctor.
我将来的梦想是成为一名医生。
Ước mơ tương lai của tôi là trở thành bác sĩ.

0063

ひさしぶり
久しぶり
after a long time
隔了很久
lâu rồi mới

こんなに厚いステーキ、久しぶりに食べたよ。
It's been a long time since I last ate such a thick steak.
我好久没吃到这么厚的牛排了。
Lâu rồi mới lại ăn miếng bít-tết dày thế này.

0064 **むかし** **昔** the old days 以前 ngày xưa	**このお菓子の味は、昔から変わっていません。** This candy hasn't changed since the old days. 这个点心的味道还和以前一模一样。 Bánh này vẫn giữ nguyên hương vị ngày xưa.
0065 **じだい** **時代** time, period 时代 thời đại	**誰でも月へ行ける時代が、もうすぐ来ます。** The time will soon come when anyone can go to the moon. 谁都能登月的时代马上就要到来了。 Thời đại mà ai cũng lên Mặt trăng được sắp đến rồi. **☀～時代（例：学生時代）**
0066 **さき** **先** ahead 先 trước	**みんなより先に学校へ行って、予習しています。** I go to school before everyone else and prepare for class. 我比大家先到校进行预习。 Tôi luôn đến trường trước mọi người và chuẩn bị bài vở.
0067 **さいしょ** **最初** beginning, first 一开始 đầu tiên	**大学に入って、最初の半年は勉強が大変でした。** I found it hard to study for the first six months at university. 大学刚开始的半年学习很辛苦。 Khi vào đại học, trong nửa năm đầu tiên tôi đã học hành vất vả. **⇔最後**
0068 **さいご** **最後** last 最后 cuối cùng	**最後の授業の日、みんなで写真を撮りました。** On the day of the last class, we all took pictures. 上课的最后一天，大家一起拍了照片。 Chúng tôi cùng nhau chụp ảnh vào ngày học cuối cùng. **⇔最初**
0069 **おわり** **終わり** end 结束 cuối, kết	**１日の終わりに、日記を書いてから寝ます。** At the end of the day, I write in my diary and then go to bed. 一天结束的时候，我会先写篇日记再去睡觉。 Vào cuối ngày, tôi viết nhật ký rồi đi ngủ. **⇔始め**

名詞　交通

Nouns – Transportation
名词 – 交通
Danh từ – Giao thông

0070 **こうつう** **交通** transportation 交通 giao thông	**交通が便利な所に住みたいです。** I want to live in a place with convenient transportation. 我想住在交通便利的地方。 Tôi muốn sống ở nơi thuận tiện về giao thông.

□ 0071 **のりもの** **乗り物** vehicle 交通工具 phương tiện giao thông	あの島へ行く乗り物は、船だけです。 The only transportation that goes to that island is a boat. 船是前往那座岛屿的唯一交通工具。 Phương tiện đi đến hòn đảo kia chỉ có thuyền.
□ 0072 **しんかんせん** **新幹線** bullet train 新干线 tàu siêu tốc	広島へ行く新幹線は、15番線から出ます。 The bullet train to Hiroshima leaves from platform 15. 前往广岛的新干线从15号月台发出。 Tàu siêu tốc đi Hiroshima sẽ khởi hành từ đường ray số 15.
□ 0073 **チケット** ticket 票 vé	北海道へ行く飛行機のチケットを買いました。 I bought a plane ticket going to Hokkaido. 我购买了去北海道的飞机票。 Tôi đã mua vé máy bay đến Hokkaido.
□ 0074 **バイク** motorbike 摩托车 xe máy	土曜日は毎週、バイクで海岸を走っています。 Every Saturday I ride my motorbike along the coast. 每周六我都会在海岸边骑摩托车兜风。 Thứ 7 hàng tuần tôi hay chạy xe máy dọc bờ biển.
□ 0075 **うんてん** **運転** する drive 驾驶 lái	お酒を飲んだら、車を運転してはいけません。 You must not drive after drinking. 喝了酒就不能开车。 Không được lái xe sau khi uống rượu.
□ 0076 **バック** する back 后退 lùi lại	事故の原因は、車が急にバックしたことでした。 The cause of the accident was that a car suddenly backed up. 事故原因在于车辆突然倒车。 Nguyên nhân của vụ tai nạn là do xe lùi bất ngờ.
□ 0077 **ガソリン** gasoline, petrol 汽油 xăng	ガソリンがなくなって、車が動きません。 We've run out of gas and the car won't go. 没油了，车动不了了。 Hết xăng nên xe không chạy được. ☀ガソリン代
□ 0078 **のりば** **乗り場** stand, stop 搭乘交通工具的地点 chỗ đón xe	駅の前にタクシーの乗り場があります。 There is a taxi stand in front of the station. 车站前有出租车乘车点。 Có chỗ đón xe taxi ở phía trước nhà ga. ☀～乗り場（例：タクシー乗り場）

0079 くうこう 空港 airport 机场 sân bay	帰国する友達を、空港まで車で送りました。 I drove my friend who was returning to his country to the airport. 我开车把回国的朋友送到了机场。 Tôi đã lấy xe tiễn bạn ra sân bay về nước. ☀国際空港　☀～空港（例：広島空港）
0080 みなと 港 port 港口 cảng	この港には、毎日、大きな船が入ってきます。 Large ships enter this port every day. 这个港口每天都有大型船只驶入。 Mỗi ngày đều có tàu to cập vào cảng này.
0081 ふね 船 ship, boat 船 tàu, thuyền	横浜から船に乗って、北海道へ行きました。 I boarded the ship at Yokohama and went to Hokkaido. 从横滨坐船去了北海道。 Tôi đã lên thuyền từ Yokohama đi đến Hokkaido.
0082 アクセス access 地理位置上的便利性 sự đến gần, sự lui tới	私の家は空港へのアクセスがいいです。 My house has good access to the airport. 从我家去机场很方便。 Từ nhà tôi tới sân bay rất tiện.
0083 しゅっぱつ 出発 する depart 出发 xuất phát	電車が出発するまえに、お弁当を買いました。 Before the train departed, I bought a boxed lunch. 在电车出发前买了便当。 Tôi đã mua cơm hộp trước khi tàu điện xuất phát.
0084 きこく 帰国 する return to one's country 回国 về nước	父の仕事を手伝うことになったので、帰国します。 I will be helping my father with his work, so I will return to my country. 我要帮父亲打理工作，所以要回国了。 Vì phải giúp cho công việc của cha mình nên tôi sẽ về nước.
0085 いちじきこく 一時帰国 する return temporarily to one's country 临时回国 về nước một thời gian	兄の結婚式に出るために、一時帰国します。 I will be returning to my country temporarily to attend my older brother's wedding. 为了出席哥哥的婚礼，临时回国一趟。 Tôi sẽ về nước một thời gian để dự đám cưới anh mình.
0086 いき 行き going 去程 sự đi, đường đi	行きは各駅停車だったので、30分かかりました。 Going, it took 30 minutes because the train stopped at every station. 去程坐的是各站停车的列车，所以花了30分钟。 Lúc đi là bằng tàu dừng mỗi ga nên mất 30 phút. ⇔帰り

0087
かえり
帰り
return
返程
sự về, đường về

学校の帰りに、時々本屋に寄ります。
On my way home from school, I sometimes drop in at a bookstore.
放学路上，我有时会顺便去趟书店。
Trên đường từ trường về, thỉnh thoảng tôi ghé vào hiệu sách.
⇔行き

0088
とちゅう
途中
on the way
中途
trên đường

仕事に行く途中で、飲み物を買いました。
On the way to work I bought something to drink.
上班路上买了杯饮料。
Tôi đã mua đồ uống trên đường đi làm.

0089
かくえきていしゃ
各駅停車
local train
各站停车的列车
tàu dừng mỗi ga

0090
きゅうこう
急行
express
快车
tàu nhanh

0091
とっきゅう
特急
limited express
特快车
tàu tốc hành

名詞　世界と日本

Nouns – The World and Japan
名词 – 世界与日本
Danh từ – Thế giới và Nhật Bản

0092
アジア
Asia
亚洲
châu Á

0093
アフリカ
Africa
非洲
châu Phi

0094
アメリカ
America
美洲
châu Mỹ

0095
ヨーロッパ
Europe
欧洲
châu Âu

0096
ほっかいどう
北海道

0097
しこく
四国

0098
きゅうしゅう
九州

0099
おきなわ
沖縄

0100
とうきょう
東京

0101
よこはま
横浜

0102
なごや
名古屋

0103
おおさか
大阪

0104
きょうと
京都

0105
ひろしま
広島

0106
ながさき
長崎

0107
ふじさん
富士山
Mt. Fuji
富士山
núi Phú Sĩ

名詞　体と病気

Nouns – Body and Illness
名词 – 身体与疾病
Danh từ – Cơ thể và bệnh tật

0108 からだ **体** body 身体 cơ thể	**私は体が丈夫で、風邪もひきません。** I have a strong constitution and don't catch colds. 我身体很好，从不感冒。 Vì cơ thể khỏe mạnh nên tôi không bị cảm.
0109 せ／せい **背** height 身高 chiều cao	**私の家族は、みんな背が高いです。** In my family everyone is tall. 我家每个人个子都很高。 Mọi người trong gia đình tôi đều cao.
0110 りょうて **両手** both hands 双手 hai tay	**重い荷物を両手で持って、ゆっくり歩きました。** I walked slowly with heavy bags in both hands. 我双手提着沉重的行李，走得很慢。 Tôi bê đồ nặng bằng hai tay và đi chậm rãi.
0111 のど **喉** throat 喉咙 cổ họng	**風邪をひいたのかな。喉が痛い。** I wonder if I have caught a cold. I have a sore throat. 我是不是感冒了呀，喉咙好痛。 Chắc mình bị cảm rồi. Đau họng quá!
0112 **ひげ** beard, mustache 胡须 râu	**８０歳になった祖父は、髪もひげも白いです。** My 80-year-old grandfather has grey hair and a grey beard. 我80岁的爷爷须发花白。 Ông tôi đã 80 tuổi, tóc và râu đều bạc trắng. 〔ひげをそる〕　shave　刮胡子　cạo râu **父は、毎朝、ひげをそってから仕事に行きます。** My dad shaves every morning before going to work. 我爸爸每天早晨出去上班前都会刮胡子。 Mỗi sáng cha tôi đều cạo râu rồi mới đi làm.
0113 うんどう **運動** する exercise 运动 tập thể dục	**毎日、３０分ぐらい運動しています。** I exercise for about 30 minutes every day. 每天我会运动30分钟左右。 Mỗi ngày tôi đều tập thể dục khoảng 30 phút.

0114

ジョギング する

jog
慢跑
chạy bộ

ジョギングを始めてから、3kg痩せました。
Since I started jogging I have lost three kilos.
自从我开始慢跑以来，已经瘦了3kg。
Từ lúc bắt đầu chạy bộ, tôi đã giảm được 3kg.

0115

ち
血

blood
血液
máu

料理をしているとき、指を切って血が出ました。
When I was cooking I cut my finger and it bled.
我做菜时切到了手指，流血了。
Trong lúc nấu ăn tôi đã làm đứt tay chảy máu.

0116

ねつ
熱

fever
热度
nhiệt độ

熱が高いですね。この薬を飲んでください。
You have a high fever. Please take this medicine.
烧得真厉害啊。把这个药吃了吧。
Bạn sốt cao nhỉ. Hãy uống thuốc này nhé.

〔熱がある〕 have a fever　发烧　bị sốt

熱があるので、会社を休みました。
I had a fever so took the day off work.
我因为发烧向公司请了假。
Vì bị sốt nên tôi đã nghỉ làm.

0117

たいおんけい
体温計

thermometer
体温计
nhiệt kế

「熱があるようだ」「体温計で測ってみたら？」
"It feels like I have a fever." "Why don't you take your temperature with a thermometer?"
"我好像发烧了。""用体温计量量看吧？"
"Hình như mình bị sốt." "Lấy nhiệt kế đo thử xem!"

0118

ぐあい
具合

condition
状况
tình trạng

退院してから、体の具合はいかがですか。
How are you feeling after leaving the hospital?
您出院之后身体状况如何？
Từ lúc xuất viện đến nay, tình trạng cơ thể bạn ra sao?

0119

ストレス

stress
压力
sự căng thẳng

仕事のストレスで、よく眠れません。
Because of stress at work, I am not sleeping well.
因工作压力无法好好睡觉。
Tôi không ngủ ngon được vì căng thẳng trong công việc.

0120

アレルギー

allergy
过敏
sự dị ứng

アレルギーがあって、卵は食べられません。
As I have an allergy, I can't eat eggs.
我过敏，吃不了鸡蛋。
Tôi không ăn trứng được vì bị dị ứng.

0121
ねっちゅうしょう
熱中症
heatstroke
中暑
chứng say nắng

暑い日に野球をして、熱中症になりました。
I played baseball on a hot day and suffered from heatstroke.
大热天打棒球中暑了。
Do chơi bóng chày vào ngày nắng nóng nên tôi bị say nắng.

0122
けが する
be injured
受伤
bị thương

彼はバイクの事故でけがをしました。
He was injured in a motorcycle accident.
他在一场摩托车车祸中受了伤。
Anh ta bị thương do tai nạn xe máy.

0123
ほけんしょう(けんこうほけんしょう)
保険証(健康保険証)
health insurance card
保险证(健康保险证)
thẻ bảo hiểm y tế

病院に行くときは、保険証を忘れないでね。
When you go to the hospital, don't forget your health insurance card.
去医院时别忘了带上保险证。
Đừng quên mang thẻ bảo hiểm khi đi bệnh viện nhé!

0124
よぼうせっしゅ
予防接種
vaccination
预防针接种
sự chủng ngừa

この予防接種は、２回受けなければなりません。
You must have this vaccination twice.
这个预防针必须要接种2次。
Mũi tiêm ngừa này phải thực hiện 2 lần.

0125
ちゅうしゃ
注射 する
inject
打针
tiêm vào

注射は、痛いから嫌いです。
I hate injections because they hurt.
我讨厌打针，因为很痛。
Tôi ghét bị tiêm vì đau.

0126
にゅういん
入院 する
be hospitalized
住院
nhập viện

父は病気で１か月入院しました。
My father was ill and hospitalized for a month.
我的父亲因病住了1个月的院。
Cha tôi phải nằm viện 1 tháng do bệnh.
⇔退院

0127
おみまい
お見舞い
visiting someone who is ill
看望
sự thăm bệnh

友達が入院したので、お見舞いに行きました。
My friend was hospitalized so I went to visit him.
朋友住院了，我去看望了他。
Bạn nhập viện nên tôi đã đi thăm.

0128
たいいん
退院 する
be discharged
出院
xuất viện

けがが治ったので、あした退院します。
I will be discharged tomorrow because my injury has healed.
伤已痊愈，明天我就出院。
Vết thương đã lành nên ngày mai tôi sẽ xuất viện.
⇔入院

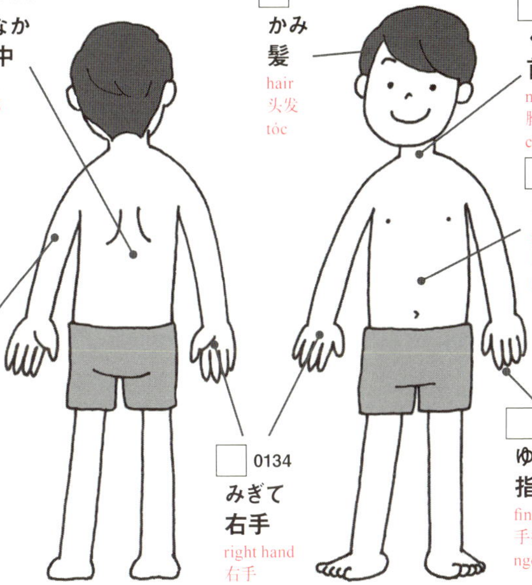

□ 0129
せなか
背中
back
背部
lưng

□ 0130
かみ
髪
hair
头发
tóc

□ 0131
くび
首
neck
脖子
cổ

□ 0132
おなか
stomach
肚子
bụng

□ 0133
ゆび
指
finger
手指
ngón tay

□ 0134
みぎて
右手
right hand
右手
tay phải

□ 0135
うで
腕
arm
手腕
cánh tay

名詞　心・考え

Nouns – Mind and Thought
名词 – 内心与思想
Danh từ – Tâm hồn, tư duy

0136

こころ
心
heart, mind
内心、心灵
tấm lòng

あの人は、本当に優しい心を持っています。
That person really has a kind heart.
那个人有颗非常善良的心。
Người kia có tấm lòng vô cùng nhân hậu.

0137

きもち
気持ち
feeling
感受；心情
cảm xúc, cảm giác

彼は、子供の気持ちが分かる人です。
He is a person who understands the feelings of a child.
他是个能够理解孩子感受的人。
Anh ấy là người hiểu được cảm xúc của trẻ con.

朝のジョギングは気持ちがいいです。
Jogging in the morning feels good.
早晨慢跑让人心情舒畅。
Chạy bộ buổi sáng cho cảm giác dễ chịu.

0138

きぶん
気分
mood
心情
tâm trạng

みんなで歌うと、楽しい気分になります。
Singing together makes me feel happy.
大家一起唱歌，让我感觉心情很好。
Hễ mọi người cùng nhau hát là tâm trạng vui hẳn lên.

0139

たのしみ
楽しみ
looking forward
期待
sự háo hức

夏休みには友達に会える。楽しみだなあ。
I can meet my friends during the summer vacation. I'm looking forward to it.
暑假能见到朋友们了。真期待啊！
Nghỉ hè sẽ được gặp bạn bè, thật háo hức!

0140

きょうみ
興味
interest
兴趣
hứng thú

私は日本のアニメに興味があります。
I am interested in Japanese anime.
我对日本动漫很感兴趣。
Tôi có hứng thú với phim hoạt hình Nhật Bản.

0141

チャレンジ する
challenge
挑战
thử thách

次はＮ３の試験にチャレンジしたいです。
Next I want to have a go at the N3 exam.
接下来我想挑战N3考试。
Tôi muốn thử thách mình với kỳ thi N3 vào lần tới.

0142 ちゅうい② **注意** する be careful 谨慎 chú ý	太らないように、食べ物に注意しています。 I am careful about food so as not to get fat. 为了不长胖，我饮食很谨慎。 Tôi luôn chú ý đến thức ăn để không bị tăng cân.
0143 えんりょ **遠慮** する be reserved 客气 ngại	遠慮しないで、たくさん食べてくださいね。 Don't hold back, eat a lot. 请不要客气，多吃点。 Cứ ăn thoải mái đi, đừng ngại nhé!
0144 しんぱい **心配** する worry 担心 lo lắng	母は、いつも私の体のことを心配しています。 My mother is always worried about my health. 我的母亲总是关心着我的身体。 Mẹ tôi lúc nào cũng lo lắng về cơ thể của tôi.
0145 かんがえ **考え** idea 想法、看法 tư duy, tư tưởng	結婚についてのお父さんの考えは、古いと思うよ。 I think father's ideas about marriage are old-fashioned. 我觉得爸爸对结婚的看法太陈旧了。 Con thấy tư duy về hôn nhân của bố lạc hậu rồi.
0146 いけん **意見** opinion 意见 ý kiến	皆さん、自由に意見を言ってください。 Everyone, please feel free to give your opinion. 各位，请自由发表意见。 Mời các bạn tự do phát biểu ý kiến!
0147 はんたい **反対** する be opposed 反对 phản đối	父は、私が仕事を辞めることに反対しています。 My dad is opposed to my quitting my job. 父亲反对我辞职。 Cha tôi phản đối việc tôi nghỉ làm. ☀反対意見

読んでみよう１

来月、友達が結婚します

✉From：小林　ひとみ	To：大山　夏子様
	Date：20XX/XX/XX
Subject：一時帰国します	

夏子さん

お久しぶりです。お元気ですか。
私たちが**アメリカ**に来て、もう３年になりました。**赤ちゃん**だった**息子**も大きくなりました。
再来週、**一時帰国**します。**帰国**したら電話しますので、お会いしましょう。

夏子さんは、高校で同じクラスだった田中道子さんを覚えていますか。
彼女、「結婚する人は**お金持ち**じゃないと嫌」と言っていたでしょう？
その**彼女**が、来月、結婚します。
相手* の人は、**夫**の友達です。私が**彼**を道子さんに**紹介**して、二人は**デート**するようになりました。
時々**けんか**もしたようですが、道子さんが**けが**をして**入院**したとき、**彼**が**心配**して毎日**お見舞い**に行ったそうです。
道子さんは、自分を大切にしてくれる**彼**の**気持ち**が分かったんでしょう。それから**半年**ぐらいして、結婚すると聞きました。

来月の二人の**結婚式**に**招待**されています。**お祝い**の**贈り物**は何がいいでしょう。いい**考え**があったら**アドバイス**してください。

では、また。会えるのを**楽しみ**にしています。

ひとみ

* 相手　other person　对方　đối phương

Next month, my friend will get married

From: Hitomi Kobayashi To: Natsuko Oyama
Date: XX/XX/20XX
Subject: I will return to Japan temporarily

Dear Natsuko

It's been a long time. Are you well?
It's been three years since we came to America. My baby son has got big.
I'll be returning to Japan the week after next. I'll phone you when I return to Japan, so let's meet.

Natsuko, do you remember Michiko Tanaka who was in our class at high school?
Didn't she used to say, "I'll only get married if the person is rich"?
She will get married next month.
The person she will marry is a friend of my husband's. I introduced him to Michiko, and they started to date.
It seems they used to quarrel from time to time, but when Michiko was injured and went into hospital, he was worried and visited her every day. Michiko must have understood his feelings when he took good care of her. About half a year after that, I heard they would get married.

I am invited to their wedding next month. What would be a good present? If you have a good idea, please let me know.

Well, goodbye. I'm looking forward to seeing you.

Hitomi

我的朋友下个月结婚

From：小林 瞳 To：大山 夏子女士
Date：20XX/XX/XX
Subject：我将回国一趟

夏子

好久不见。你还好吗？我们一家来美国已经3年了。
当时我儿子还是个小宝宝，现在也长大了。
下下周，我将要回国一趟。回国之后我会打电话给你，我们见个面吧。

夏子，你还记得我们高中同班的田中道子吗？
她曾说："我一定要和有钱人结婚"，对吧？
这样的她，下个月就要结婚了。
对方是我丈夫的朋友。我把他介绍给道子认识后，两人开始约会了。
他俩好像偶尔也会吵架，但道子受伤住院的时候，他非常担心，据说每天都去看望她。
道子一定是明白了他珍惜自己的那份真心吧。
接着过了半年多，就听说他们要结婚了。

我受邀参加下个月他俩的婚礼。不知道送什么祝贺的礼物好呢？如果你有什么好点子，请给我提提建议。

那就这样，再见。我很期待能够和你见面。

瞳

Tháng sau, bạn của mình kết hôn

From: Kobayashi Hitomi To: Cô Oyama Natsuko
Date: XX/XX/20XX
Subject: Mình sẽ về nước một thời gian

Natsuko thân mến

Lâu quá không liên lạc. Bạn có khỏe không?
Gia đình mình sang Mỹ đã được 3 năm rồi. Con trai mình lúc đó mới là trẻ sơ sinh mà nay đã lớn.
Tuần sau nữa mình sẽ về Nhật một thời gian. Về tới nơi mình sẽ gọi điện hẹn gặp bạn nhé!

Natsuko còn nhớ bạn Tanaka Michiko hồi đó học chung lớp cấp 3 với tụi mình không?
Bạn đó hay nói: "Mình chỉ lấy chồng giàu thôi!", đúng không?
Chính cô bạn này tháng sau sẽ kết hôn.
Đối phương là bạn của chồng mình. Mình đã giới thiệu anh này cho Michiko, rồi hai bên hẹn hò với nhau.
Hình như thi thoảng hai người cũng cãi nhau nhưng nghe nói khi Michiko bị thương phải nằm viện, anh này lo lắng nên ngày nào cũng vào thăm.
Chắc Michiko đã cảm động vì tình cảm của bạn trai dành cho mình. Sau đó nửa năm thì mình nghe bảo là sẽ làm đám cưới.

Mình được mời dự tiệc cưới của hai người ấy vào tháng sau. Không biết nên tặng quà mừng là gì nhỉ? Nếu bạn có ý tưởng nào hay thì cho mình lời khuyên với nhé!

Thôi, hẹn gặp bạn sau. Mình đang háo hức lắm đây.

Hitomi

新幹線

新幹線が**最初**に走ったのは、１９６４年です。**東京**から新大阪*までの５１５ｋｍを４時間で走りました。今、いちばん速い「のぞみ*」なら、２時間３０分です。

２０１６年に**北海道**にも**新幹線**ができて、**北海道**から**九州**まで、**新幹線**だけで行くこともできます。

東京から**名古屋**や**京都**へ行く**途中**、**富士山**が見えます。**富士山**が見たいなら、右側の席に座りましょう。

新幹線は、**東京**駅に着くと、またすぐに**出発**することがあります。その時間は、短い場合は１２分しかありません。

お**客**さんが降りたり乗ったりするのに５分かかりますから、７分で１００ぐらいの椅子やテーブルを全部きれいに掃除して、トイレなども使えるようにするのです。すごいですね。

新幹線の掃除をする人たちの仕事は、外国のテレビでも**紹介**されました。**興味**を持った人が、見に来ることもあります。

* 新大阪　Name of the bullet train station in Osaka　大阪的新干线车站站名　tên nhà ga tàu siêu tốc ở Osaka

のぞみ　Name of one of the bullet trains　新干线列车的名称之一　tên 1 loại tàu siêu tốc

The Bullet Train

The bullet train first ran in 1964. From Tokyo to Shin-Osaka, it took four hours to cover the 515 kilometers. Now, the fastest Nozomi takes two hours and thirty minutes.

In 2016, a bullet train line was completed to Hokkaido, and you can now go all the way from Hokkaido to Kyushu on the bullet train.

On the way from Tokyo to Nagoya and Kyoto, you can see Mt. Fuji. If you want to see Mt. Fuji, sit on a seat on the righthand side.

The bullet train sometimes departs soon after it arrives at Tokyo Station. With a short stop, there is only 12 minutes.

As it takes passengers about five minutes to get off and on the train, there is only seven minutes to clean about 100 chairs and tables and even make the toilets usable. It's amazing, right?

The work of bullet-train cleaners has also been featured on foreign television. People who are interested may come to see this.

新干线

新干线一开始投入使用是在 1964 年。那时，从东京到新大阪的 515km 需要耗费 4 小时。如今，乘坐最快的“Nozomi”号只需要 2 小时 30 分钟。

2016 年，北海道也建成了新干线，仅需乘坐新干线，就能从北海道去到九州。

从东京前往名古屋或京都的途中，可以看到富士山。如果您想欣赏富士山的话，就坐右侧的座位吧。

有时，新干线一抵达东京站又会马上发车。间隔时间最短只有 12 分钟。

乘客上下车需要 5 分钟，所以保洁员需要在 7 分钟之内将 100 来个座椅、桌板全部打扫干净，还要确保厕所等设备可以使用。真是了不起呀。

就连国外的电视节目也介绍过这些新干线保洁员的工作。有时，还会有感兴趣的人前来参观。

Tàu siêu tốc

Lần đầu tiên tàu siêu tốc chạy là vào năm 1964. Tàu đã chạy 515km từ Tokyo đến Shin-Osaka trong 4 tiếng. Hiện nay, nếu là loại tàu nhanh nhất, "Nozomi", thì chỉ mất 2 tiếng 30 phút.

Đến năm 2016, ở Hokkaido cũng có tàu siêu tốc nên người ta đã có thể đi từ Hokkaido đến Kyushu chỉ bằng tàu siêu tốc.

Trên đường đi từ Tokyo đến Nagoya hay Kyoto, hành khách có thể thấy núi Phú Sĩ. Nếu bạn muốn ngắm núi Phú Sĩ thì hãy ngồi ghế bên phải.

Cũng có khi tàu siêu tốc vừa vào ga Tokyo đã xuất phát trở lại ngay. Khoảng thời gian này có thể ngắn chỉ 12 phút.

Vì mất 5 phút cho hành khách xuống và lên tàu, nên trong 7 phút, người ta phải lau dọn sạch sẽ khoảng 100 ghế, bàn và bảo đảm nhà vệ sinh v.v. có thể dùng được. Giỏi quá các bạn nhỉ?

Công việc của những công nhân vệ sinh tàu siêu tốc cũng được giới thiệu trên cả truyền hình nước ngoài. Có khi người ta đến xem tận mắt vì thấy hứng thú nữa.

名詞　学校・教育

Nouns - School and Education
名词 - 学校与教育
Danh từ - Trường học, giáo dục

0148

きょういく
教育 する
educate
教育
giáo dục

この学校はＩＴの教育に熱心です。
This school is serious about IT education.
这所学校致力于IT教育。
Trường này rất nhiệt tình trong giáo dục về công nghệ thông tin.
☀～教育（例：日本語教育）

0149

しょうがっこう
小学校
primary school
小学
trường cấp 1

今日、小学校で運動会があります。
It's sports day at the primary school today.
今天小学有一场运动会。
Hôm nay có hội thao ở trường cấp 1.
❀中学校　❀高校　❀大学

0150

ちゅうがっこう
中学校
junior high school
初中
trường cấp 2

娘の中学校は、テニスが強いことで有名です。
My daughter's junior high school is famous for tennis.
我女儿的初中以网球实力强劲而出名。
Trường cấp 2 của con gái tôi có tiếng chơi tennis giỏi.
❀小学校　❀高校　❀大学

0151

こうこう／こうとうがっこう
高校／高等学校
high school
高中
trường cấp 3

今年の春、妹は高校を卒業しました。
This spring my younger sister graduated from high school.
今年春天，我的妹妹高中毕业了。
Em gái tôi đã tốt nghiệp cấp 3 vào mùa xuân năm nay.
❀小学校　❀中学校　❀大学

0152

せんもんがっこう
専門学校
vocational school
专修学校
trường dạy nghề

姉はアニメの専門学校に通っています。
My older sister is attending an anime vocational school.
我的姐姐在动漫专修学校就读。
Chị tôi theo học trường dạy nghề về hoạt hình.

0153

しょうがくせい
小学生
primary school student
小学生
học sinh cấp 1

小学生のとき、初めて飛行機に乗りました。
When I was a primary school student, I first went on a plane.
我上小学的时候第一次坐飞机。
Tôi đi máy bay lần đầu tiên lúc còn là học sinh cấp 1.
❀中学生　❀高校生　❀大学生

0154

ちゅうがくせい
中学生
junior high school student
初中生
học sinh cấp 2

中学生のころ、急に背が高くなりました。
When I was a junior high school student, I suddenly became tall.
初中那会儿，我忽然就长高了。
Tôi đột nhiên cao hẳn lên lúc là học sinh cấp 2.
❀小学生　❀高校生　❀大学生

□ 0155 **こうこうせい** **高校生** high school student 高中生 học sinh cấp 3	**高校生のとき、パン屋でアルバイトをしました。** When I was a high school student, I worked part-time in a bakery. 高中的时候，我在面包店打过工。 Tôi đã làm thêm ở tiệm bánh khi còn học cấp 3. ❁小学生　❁中学生　❁大学生
□ 0156 **だいがくせい** **大学生** university student 大学生 sinh viên đại học	**春から弟は大学生になります。** My younger brother will become a college student in the spring. 我的弟弟从春天起就是一名大学生了。 Em trai tôi sẽ trở thành sinh viên đại học từ mùa xuân. ❁小学生　❁中学生　❁高校生
□ 0157 **どうきゅうせい** **同級生** classmate 同学 bạn cùng lớp	**あのアナウンサーは、中学校のときの同級生です。** That announcer was a classmate of mine at junior high school. 那位播音员是我的初中同学。 Phát thanh viên kia là bạn cùng lớp hồi cấp 2 với tôi.
□ 0158 **たんにん** **担任** homeroom teacher 班主任 chủ nhiệm	**新しい担任の先生は、田中先生です。** Our new homeroom teacher is Mr. Tanaka. 田中老师是我们的新班主任。 Giáo viên chủ nhiệm mới là thầy Tanaka.
□ 0159 **こうちょう** **校長** principal 校长 hiệu trưởng	**私の祖母は小学校の校長でした。** My grandmother was the principal of a primary school. 我的奶奶曾经是小学的校长。 Bà tôi từng là hiệu trưởng trường cấp 1. ☼校長先生
□ 0160 **にゅうがくしけん** **入学試験** entrance examination 入学考试 kỳ thi tuyển sinh	**２月と３月は大学の入学試験が多いです。** There are many university entrance examinations in February and March. 2、3月份有许多大学入学考试。 Tháng 2 và 3 có nhiều kỳ thi tuyển sinh đại học.
□ 0161 **にゅうがく** **入学** する enter school 入学 nhập học	**今年、私は日本の大学に入学しました。** This year I entered a Japanese university. 今年我进入了一所日本的大学。 Năm nay tôi đã nhập học trường đại học ở Nhật. ⇔卒業　☼入学式
□ 0162 **そつぎょう** **卒業** する graduate 毕业 tốt nghiệp	**大学を卒業したら、国に帰って働くつもりです。** After I graduate from college, I intend returning to my country and getting a job. 我打算大学毕业之后回国就业。 Tôi dự định sau khi tốt nghiệp đại học sẽ về nước làm việc. ⇔入学　☼卒業式

0163

しゅっせき
出席 する

attend
出席
tham dự

台風の日に授業に出席したのは、5人だけでした。
On the day of the typhoon, only five people attended class.
台风天出席课堂的只有5个人。
Vào ngày bão, chỉ có 5 người tham dự giờ học.

0164

そうたい
早退 する

leave early
早退
về sớm

頭が痛かったので、学校を早退しました。
I had a headache, so I left school early.
我因头痛从学校早退了。
Vì đau đầu nên tôi đã nghỉ học về sớm.

0165

よしゅう
予習 する

prepare for a lesson
预习
chuẩn bị bài

予習しておくと、授業が分かりやすいです。
If you prepare for the lesson, it will be easier to understand.
如果事先做好预习，课程就会更容易理解。
Nếu chuẩn bị bài trước thì sẽ dễ hiểu bài giảng hơn.
⇔ 復習

0166

ふくしゅう
復習 する

review, revise
复习
ôn tập

授業のあとで、友達と一緒に復習をしました。
After class, my friend and I reviewed what we'd studied.
课后，我和朋友一起复习了。
Sau giờ học, tôi cùng bạn ôn tập.
⇔ 予習

0167

テキスト

text
教材
sách giáo khoa

これは、会話の授業で使っているテキストです。
This is the text used in the conversation class.
这是会话课所用的教材。
Đây là sách giáo khoa dùng trong giờ Hội thoại.

0168

すうがく
数学

mathematics
数学
môn Toán

兄に数学の宿題を見てもらいました。
My older brother checked my maths homework.
我让哥哥帮我检查了一下数学作业。
Tôi đã nhờ anh trai dò bài tập về nhà môn Toán.

0169

はつおん
発音 する

pronounce
发音
phát âm

「来て」と「切って」は、発音が違いますよ。
"来て" and "切って" have different pronunciations.
"来て"和"切って"的发音是不一样的哦。
"来て" và "切って" phát âm khác nhau đấy.

0170

じてん
辞典

dictionary
辞典
tự điển

難しい漢字の読み方は、辞典で調べます。
I look up difficult kanji in a dictionary to find out how to read them.
用字典查难读汉字的读法。
Tôi tra tự điển cách đọc của Hán tự khó.

0171 **こくごじてん** **国語辞典** Japanese dictionary 国语辞典 tự điển quốc ngữ	**日本語をもっと知りたくて、国語辞典を買いました。** I wanted to know more about Japanese, so I bought a Japanese dictionary. 我想更多地了解日语，所以买了本国语辞典。 Vì muốn biết thêm về tiếng Nhật nên tôi đã mua tự điển quốc ngữ.
0172 **じ** **字** character, letter 字 chữ	**姉は、とてもきれいな字を書きます。** My older sister writes really beautiful characters. 我的姐姐写得一手好字。 Chị tôi viết chữ rất đẹp. ❀片仮名　❀漢字　❀平仮名
0173 **ぶんぽう** **文法** grammar 语法 ngữ pháp	**私の国の言葉と日本語は、文法が似ています。** The grammar of my native language and Japanese is similar. 我的国家的语言和日语有着相似的语法。 Tiếng nước tôi và tiếng Nhật giống nhau về ngữ pháp.
0174 **しけん** **試験** examination 考试 kỳ thi	**試験のために、毎日５時間勉強しています。** I am studying five hours a day for the exam. 为了考试，我每天学习5个小时。 Tôi đang học mỗi ngày 5 tiếng để chuẩn bị cho kỳ thi. ❀テスト　☀入学試験
0175 **こたえ** **答え** answer 答案 câu trả lời	**問題が難しくて、答えが分かりません。** The question is difficult, and I don't know the answer. 这个问题很难，我不知道答案。 Đề bài khó quá nên tôi không biết trả lời.
0176 **レポート／リポート** report 报告 bài báo cáo	**調べたことをレポートにして出してください。** Please make a report on what you investigated. 请把调查的内容写成报告提交上来。 Hãy ghi lại những gì đã tra cứu được vào bài báo cáo và nộp.
0177 **こうぎ** **講義** する lecture 讲课 thuyết giảng	**大学で、日本文化についての講義を受けました。** At university, I went to a lecture on Japanese culture. 我在大学修了有关日本文化的课程。 Tôi đã dự bài giảng về văn hóa Nhật ở đại học.
0178 **けんきゅう** **研究** する research, study 研究 nghiên cứu	**彼はアジアの歴史を研究しています。** He is studying the history of Asia. 他正在研究亚洲历史。 Cậu ấy đang nghiên cứu lịch sử châu Á. ☀研究員

0179

けんきゅうしつ
研究室
laboratory, office
研究室
phòng nghiên cứu

先生、あしたは研究室にいらっしゃいますか。
Sir, are you in the office tomorrow?
老师，您明天在研究室吗?
Ngày mai thầy có ở phòng nghiên cứu không ạ?

0180

せんもん
専門
specialty
专业
chuyên môn

彼の専門は経済です。
His specialty is economics.
他是经济专业的。
Chuyên môn của anh ta là kinh tế.

0181

せいせきしょうめいしょ
成績証明書
transcript, copy of a student's educational record
成绩单
bảng điểm

大学に行くには、高校の成績証明書が必要です。
To go to college, you'll need your high-school transcript.
要上大学，必须要有高中的成绩单。
Để vào đại học cần có bảng điểm cấp 3.

0182

がくひ
学費
tuition fees
学费
học phí

学費は、アルバイトをして自分で払っています。
I work part-time and pay my tuition fees myself.
我的学费是靠自己打工来支付的。
Tôi tự trả học phí bằng cách đi làm thêm.

0183

がくわり
学割
student discount
学生优惠
sự giảm giá cho sinh viên

学割で安くなるので、よく映画を見に行きます。
I often go to the movies because it is cheaper with the student discount.
我经常去看电影，因为学生优惠比较便宜。
Do được giảm giá vì là sinh viên nên tôi hay đi xem phim.

名詞　社会

Nouns - Society
名词 - 社会
Danh từ - Xã hội

0184

しゃかい
社会
society
社会
xã hội

今の社会では、スマホが使えないと不便です。
In society today, it is inconvenient if you cannot use a smartphone.
如今的社会，用不了手机会很不方便。
Trong xã hội hiện nay, ai không biết dùng điện thoại thông minh sẽ gặp bất tiện.

0185

しみん
市民
citizen
市民
cư dân thành phố

たくさんの市民が祭りに集まりました。
Many citizens gathered at the festival.
许多市民聚集在一起庆祝节日。
Rất nhiều cư dân thành phố đã tụ họp ở lễ hội.

0186

けいざい
経済
economy
经济
kinh tế

経済がよくなれば、給料も上がるでしょう。
If the economy improves, salaries will rise.
如果经济好转的话，工资也会上涨的吧。
Kinh tế khởi sắc thì lương bổng chắc sẽ khá hơn.
✲日本経済

0187

さんぎょう
産業
industry
产业
ngành sản xuất

この町は、自動車に関係がある産業が盛んです。
This town has thriving car-related industries.
这座城市的汽车相关产业很发达。
Thị trấn này phát triển về ngành sản xuất liên quan đến xe ô-tô.
✲自動車産業

0188

せいさん
生産 する
produce
生产
sản xuất

この工場は、毎月２０万台の車を生産しています。
This factory produces 200,000 cars each month.
这家工厂每个月生产20万辆汽车。
Nhà máy này mỗi tháng sản xuất 200 nghìn xe.

0189

こうぎょう
工業
manufacturing industry
工业
công nghiệp

日本は工業が盛んな国です。
Japan is a country with a thriving manufacturing industry.
日本是个工业发达的国家。
Nhật Bản là nước phát triển về công nghiệp.
✲工業高校　✲工業生産

0190

こうじょう
工場
factory
工厂
nhà máy

この工場は、パートで働いている人が多いです。
Many people work part-time at this factory.
这家工厂有很多人是兼职的。
Nhà máy này có nhiều nhân viên làm bán thời gian.
✲～工場（例：パン工場）

0191

きかい
機械
machinery
机器
máy móc

工場を大きくして、機械も新しくしました。
We made the factory bigger and purchased new machinery.
我们扩建了工厂并翻新了机器。
Chúng tôi đã mở rộng nhà máy, mua mới máy móc.

0192

にほんせい
日本製
made in Japan
日本制造
sản xuất tại Nhật

いろんな国で日本製の車が走っています。
There are Japanese-made cars in various countries.
日本制造的汽车行驶在各个国家之中。
Xe hơi sản xuất tại Nhật đang chạy ở nhiều nước.

0193

ぼうえき
貿易
trade
贸易
thương mại

日本は、アジアの国との貿易が増えています。
Japan is increasing its trade with Asian countries.
日本正在增加与亚洲各国的贸易往来。
Thương mại giữa Nhật và các nước châu Á đang tăng.

0194
ゆしゅつ
輸出 する
export
出口
xuất khẩu

私は、車を輸出する仕事をしています。
I work in the export of cars.
我从事出口汽车的工作。
Tôi đang làm công việc xuất khẩu xe.
⇔輸入

0195
ゆにゅう
輸入 する
import
进口
nhập khẩu

この花はタイから輸入しています。
These flowers are imported from Thailand.
这种花是泰国进口的。
Hoa này được nhập khẩu từ Thái Lan.
⇔輸出

0196
せいじ
政治
politics
政治
chính trị

私は、アジアの歴史や政治に興味があります。
I am interested in Asian history and politics.
我对亚洲的历史和政治很感兴趣。
Tôi có hứng thú với lịch sử và chính trị châu Á.
☀政治家

0197
ほうりつ
法律
law
法律
pháp luật

日本の法律では、２０歳からお酒が飲めます。
Under Japanese law, you can drink alcohol from the age of 20.
日本法律规定20岁以上才能饮酒。
Theo luật pháp Nhật Bản, công dân có thể uống rượu từ năm 20 tuổi.
☀法律相談

0198
きそく
規則
rule
规章(制度)
quy định

この学校は規則が厳しいです。
This school has strict rules.
这所学校的规章制度很严格。
Trường này có quy định khắt khe.

0199
せんそう
戦争 する
be at war
战争
chiến tranh

今も世界のどこかで戦争が続いています。
War still continues somewhere in the world.
此刻仍有战争在世界上的某处持续着。
Đến tận bây giờ, chiến tranh vẫn tiếp diễn ở đâu đó trên thế giới.

0200
じんこう
人口
population
人口
dân số

新しい駅ができて、町の人口が増えました。
With the opening of the new station, the population of the town has increased.
新车站建成后，城镇人口增加了。
Nhà ga mới được xây dựng nên dân số của thị trấn đã tăng lên.
☀世界人口

0201
かんきょう
環境
environment
环境
môi trường

緑が多い環境で子供たちを育てたいです。
I want to bring up children in a very green environment.
我想在绿意盎然的环境下抚养孩子。
Tôi muốn nuôi dạy con trong môi trường nhiều cây xanh.

0202 **エコ （エコロジー）** ecology 环保 vì môi trường	必要じゃない電気を消すことも、エコになります。 Even turning off unnecessary lights is eco-friendly. 关掉不需要的灯也是一种环保。 Tắt những thiết bị điện không cần thiết cũng là vì môi trường.
0203 **リサイクル** する recycle 回收利用 tái chế	使った紙をリサイクルして、また紙にします。 We recycle used paper and make it into paper again. 将废纸回收利用，再加工成纸张。 Tái chế giấy đã sử dụng thành giấy mới.
0204 **ちり 地理** geography 地理 địa lý	旅行に行くまえに、そこの地理を調べました。 Before going on the trip, I looked up the geography there. 在踏上旅途之前，我调查了一下当地的地理。 Trước khi đi du lịch, tôi đã tìm hiểu địa lý của nơi đến.
0205 **せかい 世界** world 世界 thế giới	世界のいろいろな国に行ってみたいです。 I'd like to go to various countries around the world. 我想去世界各国看一看。 Tôi muốn thử đi đến nhiều nước trên thế giới. ☀世界経済　☀世界人口　☀世界地図
0206 **せかいじゅう 世界中** all over the world 全世界 toàn thế giới	この歌は世界中で歌われています。 This song is sung all over the world. 这首歌曲在世界各地被传唱。 Bài hát này được hát trên toàn thế giới.
0207 **こくさいしゃかい 国際社会** international community 国际社会 cộng đồng quốc tế	環境問題は、国際社会で考える問題です。 Environmental problems are problems that the international community should think about. 环境问题是国际社会要思考的问题。 Vấn đề về môi trường là vấn đề được suy nghĩ ở hiệp hội quốc tế. ☀国際～（例：国際会議）
0208 **こくない 国内** domestic 国内 trong nước	この服は、国内で作られたものです。 These clothes were made domestically. 这件衣服是国内制造的。 Trang phục này được làm trong nước. ☀～国内（例：日本国内）

0209
と
都
metropolis
都
thủ đô

都のホームページは英語でも書かれています。
The Tokyo Metropolitan Government's homepage is also written in English.
东京都的首页也有英文版的。
Trang chủ của thủ đô Tokyo có cả tiếng Anh.
✿県　✻～都（例：東京都）

0210
けん
県
prefecture
县
tỉnh

日本には４３の県があります。
Japan has 43 prefectures.
日本有43个县。
Nhật Bản có 43 tỉnh.
✿都　✻～県（例：広島県）

0211
し
市
city
市
thành phố

市の図書館に新しい本が入りました。
New books have arrived at the city library.
市图书馆上架了新书。
Sách mới đã được đưa vào thư viện của thành phố.
✻～市（例：横浜市）

0212
しやくしょ
市役所
city office
市政府
ủy ban thành phố

0213
くやくしょ
区役所
ward office
区政府
ủy ban quận

0214
ほけんじょ／ほけんしょ
保健所
health center
卫生所
trạm y tế

0215
たいしかん
大使館
embassy
大使馆
đại sứ quán

名詞　ＩＴ・技術

Nouns - IT and Technology
名词 - IT 与技术
Danh từ - Công nghệ thông tin, kỹ thuật

0216
アイティー
ＩＴ
IT
信息技术
công nghệ thông tin

ＩＴは、私たちの社会や生活を大きく変えました。
IT has greatly changed our society and our lives.
信息技术大大地改变了我们的社会和生活。
Công nghệ thông tin đã thay đổi xã hội và đời sống của chúng ta rất nhiều.

0217
かがく
科学
science
科学
khoa học

今の科学でも、分からないことがあります。
Even in science today, there are things we can't solve.
即使科学发展到今天，仍有一些我们解释不了的事情。
Khoa học hiện đại vẫn còn thứ chưa biết.

0218
ぎじゅつ
技術
technology / technique
技术；技艺
kỹ thuật

この車には、最も新しい技術が使われています。
This car uses the latest technology.
这款汽车采用了最新技术。
Chiếc xe này sử dụng kỹ thuật tối tân.

彼のスケートの技術は素晴らしいです。
His skating technique is amazing.
他的溜冰技术非常高超。
Kỹ thuật trượt băng của anh ấy quá điêu luyện.

☀科学技術

0219
コンピューター／コンピュータ
computer
计算机
máy tính

コンピューターの故障でＡＴＭが使えません。
ATMs cannot be used due to a computer failure.
由于计算机故障，自动取款机无法使用。
Do máy tính trục trặc nên ATM không hoạt động.

0220
ロボット
robot
机器人
người máy

ホテルの受付に、会話ができるロボットがいます。
There is a robot that can talk at the hotel reception.
酒店前台有个能对话的机器人。
Có người máy biết giao tiếp ở quầy tiếp tân khách sạn.

0221
パソコン
personal computer, PC
电脑
máy tính cá nhân

小学生は、授業でパソコンの使い方を勉強します。
Primary school students learn how to use PCs in class.
小学生们在课上学习了电脑的操作方法。
Trong giờ học, học sinh cấp 1 học về cách sử dụng máy tính cá nhân.

0222
キー
key
按键
phím

このキーを押すと、平仮名が片仮名に変わるよ。
When you press this key, hiragana changes into katakana.
按下这个键，平假名就会切换成片假名了。
Bấm phím này thì hiragana sẽ chuyển thành katakana đó.

0223
ソフト
software
软件
phần mềm

新しいゲームのソフトを買いました。
I bought new game software.
我买了一款新的游戏软件。
Tôi đã mua phần mềm trò chơi mới.

☀ゲームソフト

0224
ネット
（インターネット）
Net (Internet)
网络
mạng (internet)

ネットでホテルの予約をしました。
I booked a hotel on the Net.
我在网上订了酒店。
Tôi đã đặt chỗ khách sạn qua mạng.

☐ 0225

サイト（ウェブサイト）

site (website)
网站
trang (mạng)

市(し)のサイトで日本語(にほんご)の教室(きょうしつ)を探(さが)しました。
I searched for Japanese language classes on the city site.
我在城市网站上找了找日语培训班。
Tôi đã tìm lớp học tiếng Nhật trên trang của thành phố.

☐ 0226

けんさく
検索 する

search
搜索
tìm kiếm

分(わ)からない言葉(ことば)は、ネットで検索(けんさく)します。
If I don't understand a word, I search for it on the Net.
遇到不懂的词我会上网搜索。
Tôi tìm từ mình chưa biết trên mạng.

☐ 0227

ダウンロード する

download
下载
tải về

歌(うた)をダウンロードして、スマホで聞(き)きました。
I downloaded the song and listened to it on my smartphone.
我把歌曲下载下来用手机听了。
Tôi đã tải bài hát về nghe trên điện thoại.

☐ 0228

パスワード

password
密码
mật khẩu

このサイトを見(み)るには、パスワードが必要(ひつよう)です。
A password is required to view this site.
浏览此网站需要密码。
Phải có mật khẩu mới xem được trang này.

☐ 0229

アプリ

app
应用软件
ứng dụng

地図(ちず)のアプリで、外国(がいこく)の道(みち)や建物(たてもの)も見(み)られます。
With a map app, you can also see roads and buildings in overseas countries.
用地图软件还能看到外国的道路和建筑物。
Có thể xem được đường phố, nhà cửa ở nước ngoài bằng ứng dụng bản đồ.

☐ 0230

じゅうでん
充電 する

charge
充电
sạc pin

出掛(でか)けるまえに、スマホを充電(じゅうでん)しておこう。
I'll charge my smartphone before going out.
出门前，我先给手机充个电吧。
Mình sẽ sạc pin điện thoại trước khi ra ngoài.

☐ 0231

けいたいでんわ
携帯電話／ケータイ

mobile phone
手机
điện thoại di động

☐ 0232

スマホ（スマートフォン）

smartphone
智能手机
điện thoại thông minh

☐ 0233

メール する

email
发邮件
gửi email

名詞　仕事（めいし　しごと）

Nouns - Work
名词 - 工作
Danh từ - Công việc

0234 パート （パートタイム） part-time work 兼职 việc làm bán thời gian	母(はは)は、パートで９時(くじ)から３時(さんじ)まで働(はたら)いています。 My mother works part-time from nine till three. 我妈妈从9点兼职到3点。 Mẹ tôi làm việc bán thời gian từ 9 giờ đến 3 giờ.
0235 バイト （アルバイト） part-time work 打工 việc làm thêm	学生(がくせい)のとき、カフェでバイトをしていました。 When I was a student I worked part-time in a café. 我上学的时候在一家咖啡馆打工。 Tôi đã làm thêm ở quán cà-phê lúc còn đi học.
0236 りれきしょ 履歴書 résumé, CV 简历 sơ yếu lý lịch	バイト、したいの？　じゃ、履歴書(りれきしょ)を持(も)って来(き)て。 You want to work part-time? Then, bring your résumé. 你想打工吗？那就带着简历来吧。 Em muốn làm thêm à? Vậy đem sơ yếu lý lịch tới đây!
0237 きゅうりょう 給料 salary 工资 lương	初(はじ)めての給料(きゅうりょう)で、欲(ほ)しかった靴(くつ)を買(か)いました。 With my first salary I bought some shoes I wanted. 我用第一笔工资买了一直很想要的鞋子。 Tôi đã mua đôi giày mơ ước bằng tiền lương đầu tiên của mình. ✳給料日(きゅうりょうび)
0238 かいぎ 会議 meeting, conference 会议 hội nghị	環境問題(かんきょうもんだい)についての国際的(こくさいてき)な会議(かいぎ)が開(ひら)かれます。 An international conference will be held on environmental issues. 即将举办一场有关环境问题的国际会议。 Một hội nghị mang tính quốc tế về vấn đề môi trường sẽ được tổ chức.
0239 ミーティング meeting 会议 cuộc họp	毎朝(まいあさ)、９時(くじ)からミーティングがあります。 There is a meeting every morning at nine. 每天早上9点有会议。 Mỗi sáng đều có cuộc họp từ 9 giờ.
0240 ざんぎょう 残業 する do overtime 加班 làm thêm giờ	今日(きょう)は残業(ざんぎょう)するから、帰(かえ)りは１０時(じゅうじ)ごろになるよ。 I'm doing overtime today, so I'll be home around ten. 今天要加班，回来大概要10点了。 Hôm nay tôi làm thêm giờ nên cỡ 10 giờ mới về.

0241 こうむいん **公務員** civil servant 公务员 công chức	父は公務員で、市役所で働いています。 My father is a civil servant and works at the city office. 我的父亲是一名公务员，他在市政府工作。 Cha tôi là công chức, làm ở ủy ban thành phố.

0242 かちょう **課長** manager 科长 trưởng nhóm	0243 ぶちょう **部長** general manager 主任 trưởng phòng	0244 しゃちょう **社長** president 总经理 giám đốc	0245 **アナウンサー** announcer 播音员 phát thanh viên
0246 うんてんしゅ **運転手** driver 司机 tài xế	0247 えきいん **駅員** station employee 站务员 nhân viên nhà ga	0248 おんがくか **音楽家** musician 音乐家 nhạc sĩ	0249 かんごし **看護師** nurse 护士 y tá
0250 けいかん **警官** police officer 警察 cảnh sát	0251 せいじか **政治家** politician 政治家 chính trị gia	0252 てんいん **店員** sales clerk 店员 nhân viên cửa hàng	0253 はいしゃ **歯医者** dentist 牙医 nha sĩ

名詞　町の中

Nouns – In the Town
名词 – 城市之中
Danh từ – Trên phố

0254 えきまえ **駅前** in front of the station 车站前 khu vực trước ga	駅前から、学校へ行くバスが出ています。 A bus going to the school leaves from the station. 开往学校的公共汽车从车站前发车。 Xe buýt đến trường xuất phát từ khu vực trước ga.
0255 びじゅつかん **美術館** art gallery 美术馆 bảo tàng mỹ thuật	この美術館には、有名な絵がたくさんあります。 This art gallery has many famous paintings. 这家美术馆里有许多有名的画作。 Bảo tàng mỹ thuật này có nhiều bức họa nổi tiếng.
0256 ほいくしょ／ほいくじょ **保育所** nursery school 托儿所 nhà trẻ	この保育所は０歳の子供から入れます。 This nursery school is open to children from the age of under one. 这所托儿所接收0岁以上的儿童。 Nhà trẻ này nhận giữ trẻ từ 0 tuổi.

□ 0257 **きょうかい** **教会** church 教堂 nhà thờ	**毎週、日曜日に教会に行きます。** I go to church every Sunday. 每周日我都会去教堂。 Tôi đi nhà thờ vào Chủ nhật hàng tuần.
□ 0258 **さか** **坂** hill 坡 con dốc	**長崎は、海と山が近くて、坂が多い町です。** Nagasaki is a town that is close to the sea and the mountains and has many hills. 长崎这座城市近山近海，坡路很多。 Nagasaki là thành phố nằm gần biển lẫn núi nên có nhiều con dốc.
□ 0259 **こうがい** **郊外** suburb 郊外 ngoại ô	**私は東京の郊外に住んでいます。** I live in the suburbs of Tokyo. 我住在东京的郊外。 Tôi sống ở ngoại ô Tokyo.
□ 0260 **いなか** **田舎** countryside 乡下 vùng quê	**祖母が住んでいる田舎は、空気がきれいです。** The air is clean in the countryside where my grandmother lives. 我的奶奶住在乡下，那里空气很好。 Vùng quê nơi bà tôi sống có không khí trong lành.

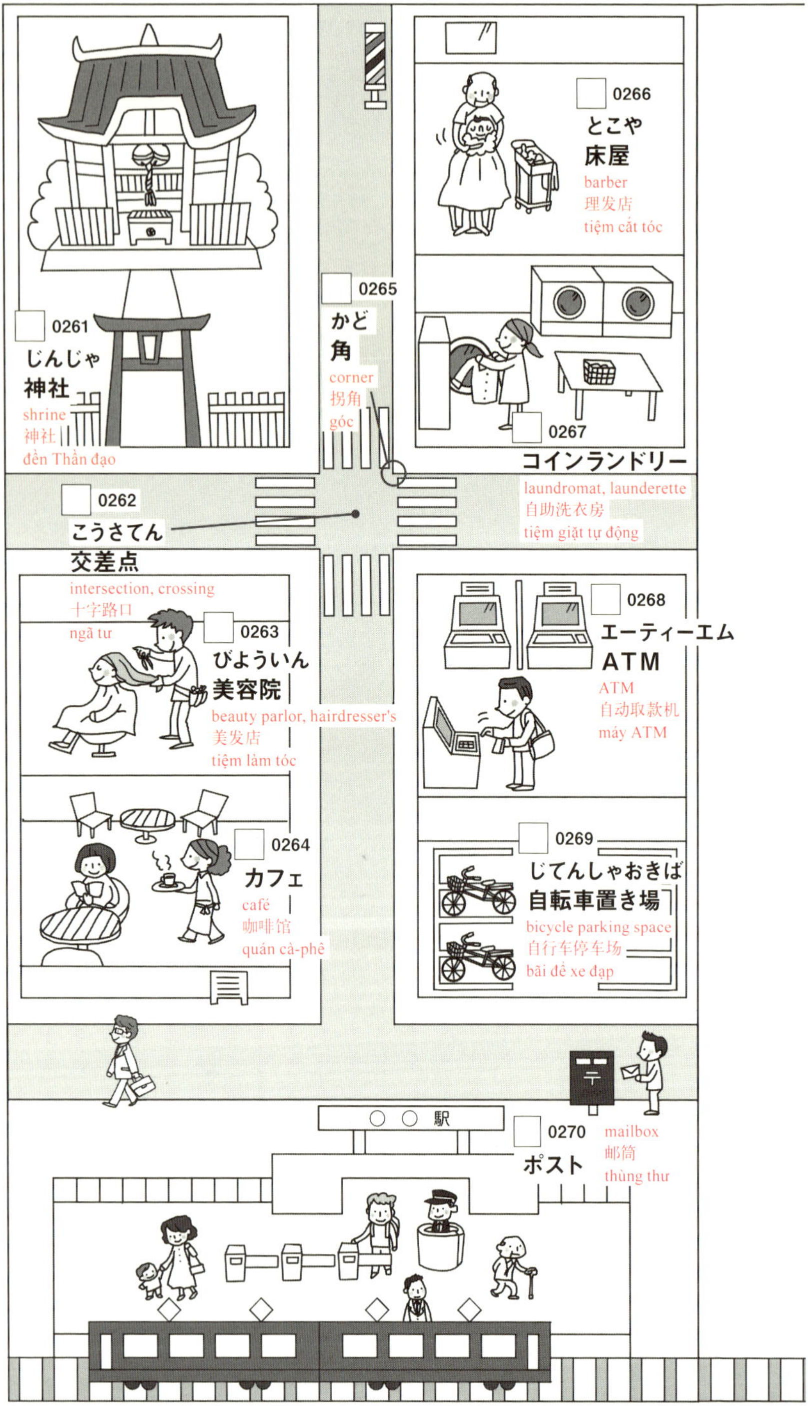
0261
じんじゃ
神社
shrine
神社
đền Thần đạo
0262
こうさてん
交差点
intersection, crossing
十字路口
ngã tư
0263
びよういん
美容院
beauty parlor, hairdresser's
美发店
tiệm làm tóc
0264
カフェ
café
咖啡馆
quán cà-phê
0265
かど
角
corner
拐角
góc
0266
とこや
床屋
barber
理发店
tiệm cắt tóc
0267
コインランドリー
laundromat, launderette
自助洗衣房
tiệm giặt tự động
0268
エーティーエム
ATM
ATM
自动取款机
máy ATM
0269
じてんしゃおきば
自転車置き場
bicycle parking space
自行车停车场
bãi để xe đạp
○○駅
0270
ポスト
mailbox
邮筒
thùng thư

0271
バスてい
バス停
bus stop
公交车站
trạm xe buýt
0272
どうぶつえん
動物園
zoo
动物园
sở thú
0273
じどうはんばいき
自動販売機
vending machine
自动售货机
máy bán hàng tự động
GS
0274
ガソリンスタンド
gas/petrol station
加油站
cây xăng
0275
てら
寺
temple
寺庙
chùa
0276
スーパー
（スーパーマーケット）
supermarket
超市
siêu thị
P
0277
ちゅうしゃじょう
駐車場
car park
停车场
bãi đậu xe
0278
とおり
通り
street
路
con đường
0279
コンビニ
convenience store
便利店
cửa hàng tiện lợi

名詞　建物や家の中

Nouns – Inside Buildings and Houses
名词 – 建筑物中或家中
Danh từ – Trong tòa nhà, trong nhà

0280 **たてもの** **建物** building 建筑物 tòa nhà	**あの茶色の建物は図書館です。** That brown building is the library. 那幢褐色的建筑物是图书馆。 Tòa nhà màu nâu đằng kia là thư viện.
0281 **マンション** condominium 公寓 căn hộ chung cư	**結婚するので、広いマンションに引っ越しました。** Because we are getting married, we have moved into a big condominium. 我们要结婚了，所以搬进了一个大公寓。 Sắp kết hôn nên chúng tôi đã dọn đến căn hộ rộng.
0282 **もん** **門** gate 大门 cổng	**この動物園の門は、夜８時に閉まります。** The gates of this zoo close at eight at night. 这家动物园的大门将于晚８点关闭。 Cổng của sở thú này sẽ đóng vào 8 giờ tối.
0283 **げんかん** **玄関** entranceway 玄关 gian ngoài, lối đi vào	**日本では、家に入るとき、玄関で靴を脱ぎます。** In Japan, before you enter the house, you remove your shoes in the entranceway. 在日本，进屋时要在玄关处把鞋子脱掉。 Ở Nhật, trước khi vào nhà, người ta sẽ cởi giày ở gian ngoài.
0284 **せんめんじょ** **洗面所** washroom 洗手间 phòng rửa mặt	**家に帰ったら、すぐに洗面所で手を洗います。** When I return home, I immediately wash my hands in the washroom. 一回家就马上去洗手间洗手。 Về đến nhà là tôi rửa tay ở phòng rửa mặt ngay.
0285 **おてあらい** **お手洗い** toilet 厕所 nhà vệ sinh	**このお手洗いは、今、掃除中で使えません。** This restroom is currently being cleaned so cannot be used. 这个厕所正在打扫中，无法使用。 Nhà vệ sinh này đang được lau dọn nên không dùng được. ✿ トイレ
0286 **だんぼう** **暖房** heater 暖气 máy sưởi	**部屋の中が寒かったので、暖房をつけました。** It was cold in the room, so I turned on the heating. 屋里很冷，所以我把暖气打开了。 Trong phòng lạnh nên tôi đã mở máy sưởi. ⇔ 冷房

0287 れいぼう **冷房** cooler 冷气 máy lạnh	暑い夏の日は、夜も冷房をつけて寝ます。 On hot summer days, I sleep with the cooler on at night. 炎热的夏季，我晚上也会开着冷气睡觉。 Vào ngày hè nóng nực, ban đêm tôi cũng mở máy lạnh ngủ. ⇔暖房
0288 **ガス** gas 煤气 ga	出掛けるときは、いつもガスをチェックします。 Whenever I go out, I check the gas is off. 每次出门，我都会检查煤气。 Tôi luôn kiểm tra ga trước khi ra ngoài. ✳ガス代
0289 すいどう **水道** water supply 自来水 hệ thống cấp nước	地震で電気と水道が止まりました。 Because of the earthquake the electricity and water supply stopped. 因为地震，电和水都停了。 Do động đất nên điện và nước bị cắt. ✳水道代
0290 でんとう **電灯** light 电灯 đèn điện	玄関の外の電灯は、朝までつけてあります。 The light outside the entrance is on until morning. 玄关外的电灯会一直开到天亮。 Đèn bên ngoài lối vào được mở đến sáng.
0291 **ビル** building 大楼 cao ốc	このビルの１０階にレストランがあります。 This building has a restaurant on the 10th floor. 这幢大楼的10楼有一家餐厅。 Ở tầng 10 cao ốc này có nhà hàng.
0292 じむしょ **事務所** office 办公室 văn phòng	兄は政治家の事務所で働いています。 My older brother works in a politician's office. 我的哥哥在政治家办公室工作。 Anh tôi làm việc ở văn phòng của một chính trị gia.
0293 あんないじょ **案内所** information office 问讯处 phòng hướng dẫn	駅前の案内所で町の地図をもらいました。 I got a map of the town at the information office in front of the station. 在车站前的问讯处拿到了一份城市地图。 Tôi đã nhận bản đồ thị trấn ở phòng hướng dẫn trước ga.
0294 と **戸** door 门 cửa	この本棚には、ガラスの戸が付いています。 This bookcase has glass doors. 这个书架配有玻璃门。 Kệ sách này được lắp cửa kính. ✿ドア

0295 たな 棚 shelf 架子 kệ	洗面所の棚に新しいタオルが置いてあります。 There are new towels on the shelf in the washroom. 洗手间的架子上放着新的毛巾。 Trên kệ trong phòng rửa mặt có đặt khăn lau mới. ☀本棚
0296 ひきだし 引き出し drawer 抽屉 ngăn kéo	変だな。引き出しに入れておいた鍵がない。 That's strange. The key I put in the drawer isn't there. 真奇怪，放在抽屉里的钥匙不见了。 Kỳ quá, trong ngăn kéo không có chìa khóa mình đã cất vào nữa.
0297 ボタン button 按钮 nút bấm	このボタンを押すと、切符が出ます。 When you push this button, a ticket comes out. 按下这个按钮就会出票。 Nhấn nút này là vé sẽ chạy ra.

0298
エアコン
air conditioner
空调
máy điều hòa

0299
リビング
(リビングルーム)
living room
起居室
phòng khách

0300
カーテン
curtain
窗帘
màn cửa

0301
リモコン
remote control
遥控器
thiết bị điều khiển từ xa

0302
ピアノ
piano
钢琴
dương cầm

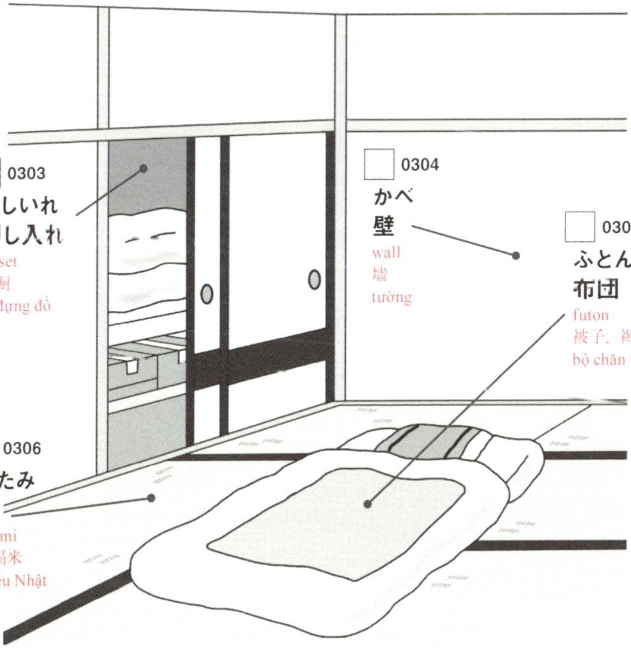

0303
おしいれ
押し入れ
closet
壁橱
tủ đựng đồ

0304
かべ
壁
wall
墙
tường

0305
ふとん
布団
futon
被子、褥子
bộ chăn nệm

0306
たたみ
畳
tatami
榻榻米
chiếu Nhật

□ 0307
かいぎしつ
会議室
meeting room
会议室
phòng họp

□ 0308
おくじょう
屋上
rooftop
屋顶
sân thượng

□ 0309
かいだん
階段
stairs
楼梯
thang bộ

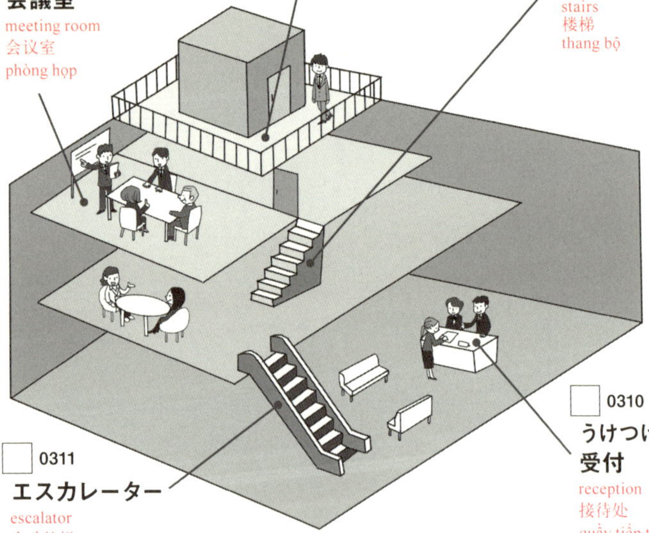

□ 0310
うけつけ
受付
reception
接待处
quầy tiếp tân

□ 0311
エスカレーター
escalator
自动扶梯
thang cuốn

わたしの単語（たんご）

On this page, let's write down vocabulary items taken from daily life.
请在这一页写下日常生活中发现的单词吧。
Hãy viết vào trang này những từ vựng tìm thấy trong sinh hoạt.

□	
□	
□	
□	
□	
□	
□	

読んでみよう２

ふじた市で生活しませんか

ふじた市で生活しませんか

ふじた**市役所**　電話 XXXX-XX-XXXX

ふじた**市**は、みんなが温かい。だから、心も元気になる！
ふじた**市**は、山や川でたくさん遊べる。だから、子供が元気だ！
夏は涼しくて、冬は暖かい。だから、**冷房**や**暖房**のお金がかからない！

お茶で有名なふじた**市**ですが、**人口**が少なくなっています。
ふじた**市**の**市民**になって、元気な**市**を一緒に作りませんか。

- 《住む家》古いですが、広い家があります。**駐車場**もあります。
  日本人は３年間、外国人は５年間無料* です。
- 《**電気代**　**ガス**代　**水道**代》５０％は**市**が払います。
- 《仕　事》新しいお茶の**工場**ができました。**ロボット**を使って、お茶のお菓子も作っています。お茶の新しい使い方の**研究**もしています。**パート**の仕事もあります。
- 《**教　育**》**保育所**は、無料です。
  小学校と**中学校**は同じ**建物**の中にあります。**小学生**と**中学生**が一緒に遊んだり勉強したりして、とてもいい経験になります。
  外国人には無料の日本語教室があります。
- 《生　活》近くで**生産**されている野菜や果物が安くておいしいです。**郊外**には大きな**スーパー**があります。
- 毎週、土曜と日曜に説明会をしています。ふじた駅の**駅前**の**案内所**に来てください。

* 無料 free 免费 miễn phí

Wouldn't you like to live in Fujita City?

Wouldn't you like to live in Fujita City?
Fujita City Hall Tel: XXXX-XX-XXXX
In Fujita City, everyone is warm. Your heart will buoy up.
In Fujita City, you can have fun in the mountains and rivers. Children will be healthy.
Summers are cool, winters are warm. It doesn't cost money for coolers or heaters.

Though Fujita City is famous for its tea, the population is declining.
Why don't you become a citizen of Fujita City and together we will create a vibrant city.

- 《Housing》The houses are old, but large. There is also parking. Free for three years for Japanese and five years for foreigners.
- 《Electricity, gas and water charges》50% paid by the city.
- 《Work》A new tea factory has opened. We use robots to also make tea sweets. We are also researching into new ways to use tea. Part-time work is also available.
- 《Education》The nursery school is free of charge.
  The primary school and junior high school are in the same building. It is a great experience for primary and junior high school students to play and study together.
  There are free Japanese classes for foreigners.
- 《Life》Locally produced fruit and vegetables are cheap and delicious. There is a large supermarket in the suburbs.
- Explanatory meetings are held every Saturday and Sunday. Please come to the information center in front of Fujita Station.

您想住在藤田市吗

您想住在藤田市吗
藤田市市政府 电话 XXXX-XX-XXXX
在藤田市，市民个个都很热情，所以，心灵会充满活力。
在藤田市，可以尽情游山玩水，所以，孩子们朝气蓬勃。
这里冬暖夏凉，所以无需冷暖气费。

茶叶之乡藤田市的人口正在流失。
您想不想成为藤田市的市民，携手共创一座充满活力的城市?

- 《住　宅》房屋虽旧，但非常宽敞。还配有停车场。日本人可免费居住 3 年，外国人可免费居住 5 年。
- 《电费 煤气费 水费》本市承担 50%。
- 《工　作》本市新建了一座茶叶厂。工厂还使用机器人制造各式茶点。同时还在研究茶叶的新用途。提供兼职岗位。
- 《教　育》托儿所免费。
  小学与初中共用一幢建筑。小学生可以和初中生一起玩耍、学习，这将是一段美好的经历。
  为外国人提供免费的日语培训班。
- 《生　活》各种果蔬的产地就在附近，味美价廉。郊外有大型超市。
- 每周六、周日都会举行说明会。诚邀您光临藤田站站前服务中心。

Bạn có muốn sống ở thành phố Fujita không?

Bạn có muốn sống ở thành phố Fujita không?
Ủy ban thành phố Fujita, số điện thoại XXXX-XX-XXXX
Ở thành phố Fujita ai cũng nồng hậu. Cho nên, tâm hồn cũng trở nên khỏe khoắn.
Ở thành phố Fujita, ta tha hồ chơi trên núi, dưới sông. Cho nên, trẻ con cũng khỏe mạnh.
Mùa hè thì mát, mùa đông lại ấm. Cho nên, không tốn tiền máy lạnh hay máy sưởi.

Thành phố Fujita tuy nổi tiếng về trà nhưng dân số lại đang giảm.
Bạn có muốn trở thành cư dân thành phố Fujita, và cùng nhau xây dựng một thành phố năng động không?

- Nhà ở: Có nhà tuy cũ nhưng rộng rãi. Có bãi đậu xe. Người Nhật được miễn phí 3 năm, người nước ngoài thì 5 năm.
- Tiền điện, ga, nước: Thành phố sẽ trả 50%.
- Việc làm: Nhà máy sản xuất trà mới đã được xây xong. Nhà máy dùng người máy để chế biến cả bánh kẹo làm từ trà. Nhà máy cũng đang nghiên cứu cách sử dụng trà mới. Có cả công việc bán thời gian.
- Giáo dục: Nhà trẻ miễn phí.
  Trường cấp 1 và cấp 2 ở cùng tòa nhà. Học sinh cấp 1 và cấp 2 cùng chơi, cùng học với nhau nên sẽ là trải nghiệm rất tốt.
  Có lớp học tiếng Nhật miễn phí cho người nước ngoài.
- Sinh hoạt: Rau củ và trái cây được trồng gần thành phố vừa rẻ vừa ngon. Có siêu thị lớn ở ngoại ô.
- Chúng tôi tổ chức buổi giới thiệu vào thứ 7 và Chủ nhật hàng tuần. Vui lòng đến phòng hướng dẫn nằm trước nhà ga Fujita.

環境にいい車を！＜ニホン自動車社長に聞く＞

――「**環境**にいい**産業**」のお話の３回目。今日は、ニホン自動車社長の星町子さんにお話を伺います。星さん、**日本製**の車は**世界中**に**輸出**されていますが、車が出すCO_2*は大きな問題ですね。

星：はい。日本で出るCO_2の１５％以上を車が出しています。しかし、電気自動車なら、運転するときのCO_2を出しません。

――今、電気バスも走っていますね。

星：はい。運転するときのCO_2を減らす*ことは、とても大切です。でも、その他に、車を作るとき、車を捨てるときに減らすことも大切です。

――どういうことですか。

星：車は、作るときにも、CO_2をたくさん出すんです。だから、私たちの**工場**では、新しい**技術**を使った**機械**で、**生産**するときのCO_2を減らしています。

――捨てるときというのは？

星：捨てる車を**リサイクル**して利用するんです。そうすれば、作るときに出るCO_2が減らせますよね。それで、２００２年に車の**リサイクル**の**法律**ができました。今、日本では毎年５００万台の車が使われなくなっていますが、ほとんど**リサイクル**されています。私たちは、**リサイクル**しやすい車を作る**研究**もしています。そして、２０５０年までにCO_2をゼロにしようと思っています。

――**エコロジー**の時代の大きなチャレンジですね。今日はどうもありがとうございました。

* CO_2 carbon dioxide 二氧化碳 khí CO_2
減らす reduce 减少 cắt giảm

A car that is good for the environment! (We ask the president of Nihon Motors)

— This is our third talk on "Environmentally Friendly Industries." Today, I will talk to Ms. Machiko Hoshi, the president of Nihon Motor Co., Ltd. Ms. Hoshi, cars made in Japan are exported all over the world, but the CO_2 emitted by cars is a big problem.

Hoshi: Yes. Cars produce 15% or more of the CO_2 emitted in Japan. However, electric vehicles do not emit CO_2 when in use.

— Electric buses are now also in operation, right?

Hoshi: Yes. It is very important to reduce CO_2 when driving. But, in addition, it is important to reduce emissions when making a car and when disposing of it.

— What do you mean?

Hoshi: A lot of CO_2 is also emitted when cars are made. That's why our factories use machines that use new technology to reduce CO_2 during production.

— What about when you dispose of them?

Hoshi: We recycle and use the cars we dispose of. By doing this, we can reduce the CO_2 emitted when we make them. So, in 2002, a car recycling law was enacted. Today, five million cars are no longer used in Japan every year, but most of them are recycled. We are also researching how to make cars that are easy to recycle. And we are planning to reduce CO_2 (emissions) to zero by 2050.

— It's a big challenge in the age of ecology. Thank you very much for today.

制造出对环境有益的汽车！<NIHON 汽车总经理访谈>

—欢迎来到《对环境有益的产业》第 3 集。今天，我们的访谈嘉宾是 NIHON 汽车的总经理，星町子女士。星女士，日本制造的汽车如今出口至世界各地，不过车辆排放的二氧化碳是个很大的问题啊。

星：是的。目前汽车排放的二氧化碳占日本总排放量的 15% 以上。但如果是电动汽车，就不会在行驶时排放二氧化碳。

—现在路上也有一些电动公交车对吧。

星：是的。减少驾驶时的二氧化碳排放量是一件非常重要的事情。不过，除此之外，在车辆的制造和报废过程中减少排放量也很重要。

—这是什么意思呢？

星：在车辆的制造过程中也会产生许多二氧化碳。所以，我们工厂使用的是搭载了最新技术的机器，来减少制造过程中的二氧化碳。

—报废过程又是怎么一回事呢？

星：我们会对报废的汽车进行回收利用。这样一来，不就能减少制造过程中排放的二氧化碳了吗？因此，2002 年出台了车辆回收利用法。如今，日本每年要报废 500 万辆汽车，但几乎都会被回收利用。我们也在研究如何制造出更易回收利用的汽车。而且，我们想要在 2050 年前实现二氧化碳排放量归零。

—这真是节能环保时代的一个巨大挑战啊。非常感谢您今天的参与。

Chúng tôi muốn làm ra ô-tô tốt cho môi trường! (Phỏng vấn giám đốc công ty ô-tô Nihon)

— Đây là phần 3 của câu chuyện "Ngành sản xuất tốt cho môi trường". Hôm nay, tôi xin được hỏi chuyện bà Hoshi Machiko, giám đốc công ty ô-tô Nihon. Thưa bà Hoshi, xe ô-tô sản xuất tại Nhật đang được xuất khẩu ra toàn thế giới nhưng khí CO_2 do ô-tô thải ra lại là một vấn đề lớn nhỉ.

Hoshi: Vâng. Ô-tô đang thải ra hơn 15% khí thải CO_2 ở Nhật. Tuy nhiên, nếu là ô-tô chạy bằng điện thì sẽ không thải ra khí CO_2 khi vận hành.

— Hiện nay còn có cả xe buýt điện đang hoạt động nhỉ?

Hoshi: Vâng. Cắt giảm khí CO_2 khi vận hành xe là rất quan trọng. Thế nhưng, ngoài ra, việc giảm khí này khi sản xuất và thải bỏ ô-tô cũng quan trọng.

— Có nghĩa là sao ạ?

Hoshi: Khi sản xuất ô-tô, ta cũng thải ra khí CO_2 rất nhiều. Cho nên, tại nhà máy của mình, chúng tôi đang giảm khí CO_2 khi sản xuất bằng những máy móc có sử dụng kỹ thuật mới.

— Thế còn khi thải bỏ thì sao ạ?

Hoshi: Chúng ta tái chế xe ô-tô bị vứt đi để sử dụng. Làm như vậy sẽ giảm được khí CO_2 thải ra khi sản xuất. Và vào năm 2002, luật tái chế ô-tô đã được ban hành. Hiện tại, ở Nhật, mỗi năm có 5 triệu xe ô-tô không được dùng nữa nhưng hầu hết chúng đều đang được tái chế. Chúng tôi cũng đang nghiên cứu để làm ra loại ô-tô dễ tái chế. Đồng thời có ý định giảm khí CO_2 xuống bằng 0 trước năm 2050.

— Quả là một thử thách lớn của thời đại vì môi trường nhỉ? Xin cảm ơn bà rất nhiều vì hôm nay.

名詞　毎日の生活

Nouns – Everyday Life
名词 – 日常生活
Danh từ – Cuộc sống hàng ngày

0312 せいかつ 生活 する live 生活 sống	日本に来て、新しい生活が始まりました。 I came to Japan and began my new life. 来到日本，开启了新生活。 Đến Nhật, tôi đã bắt đầu cuộc sống mới. ✲生活環境　✲学校生活　✲社会生活
0313 かてい 家庭 family 家庭 gia đình	結婚したら、明るい家庭を作りたい。 When I get married, I want to create a happy family. 结婚后，我想组建一个阳光的家庭。 Tôi muốn tạo dựng một gia đình vui tươi sau khi kết hôn. ✲家庭教育　✲家庭生活
0314 しゅうかん 習慣 habit 习惯 thói quen	朝起きてすぐに新聞を読むのが、父の習慣です。 It's my father's habit to read the newspaper as soon as he gets up in the morning. 我父亲习惯早上一起床就看报纸。 Đọc báo khi vừa thức dậy mỗi sáng là thói quen của cha tôi. ✲生活習慣
0315 したく 支度 する get ready 准备 chuẩn bị	もう出掛ける時間だよ。支度はできた？ It's time to go. Are you ready? 该出门了。你准备好了吗? Đến giờ ra khỏi nhà rồi. Chuẩn bị xong chưa?
0316 せわ 世話 care 照顾 sự chăm sóc	犬の世話は、いつも私がしています。 I always take care of our dog. 一直是我在照顾狗。 Tôi luôn là người chăm sóc con chó.
0317 よう 用 business, something to do 事情 việc, chuyện	「今、時間、ある？」「あるけど、何か用なの？」 "Do you have time now?" "Yes, but what for?" "你现在有空吗? ""有是有，有什么事吗? " "Bạn có rảnh không?" "Rảnh, có chuyện gì?"
0318 ようじ 用事 business, something to do 事情 công việc, công chuyện	会社の用事で銀行に行かなければなりません。 I have to go to the bank on company business. 因公司事务不得不去趟银行。 Tôi phải đến ngân hàng vì công việc của công ty.

0319 **るす** **留守** being away 不在家 sự vắng mặt	**国に帰るので、２週間留守にします。** I'm going back to my country, so I'll be away for two weeks. 我要回国，所以我会两个星期不在家。 Tôi về nước nên sẽ vắng mặt trong 2 tuần.
0320 **ねぼう** **寝坊** する oversleep 睡过头 ngủ quên	**寝坊して、授業に遅れてしまいました。** I overslept and was late for class. 睡过了头，上课迟到了。 Tôi ngủ quên nên bị muộn giờ học.
0321 **わすれもの** **忘れ物** forgotten item 遗忘物品 đồ để quên	**電車の中に忘れ物をしました。** I left something on the train. 我在电车上落东西了。 Tôi đã để quên đồ trên xe điện.
0322 **にっき** **日記** diary 日记 nhật ký	**毎日、寝るまえに日記を書きます。** I write in my diary every day before going to bed. 每天我都会在睡觉前写日记。 Mỗi ngày tôi đều viết nhật ký trước khi ngủ.
0323 **あそび** **遊び** play 游戏 trò chơi	**子供たちの遊びは、昔とは変わりました。** Children's play has changed since the old days. 孩子们的游戏和以往不同了。 Trò chơi trẻ em nay đã khác xưa.
0324 **おもちゃ** toy 玩具 đồ chơi	**姉の子供に、おもちゃを買ってあげました。** I bought a toy for my older sister's child. 我给姐姐的孩子买了玩具。 Tôi đã mua đồ chơi cho con của chị mình.
0325 **ペット** pet 宠物 thú nuôi	**この喫茶店は、ペットと一緒に入れます。** You can go in with your pets to this coffee shop. 这家咖啡店可以带宠物一起入内。 Quán này cho khách dắt thú nuôi vào.
0326 **け** **毛** hair 毛发 lông	**うちの犬は、大きくて毛が長いです。** Our dog is big and has long hair. 我家的狗体型很大，毛很长。 Chó nhà tôi vừa to vừa có lông dài.

0327 (お)ゆ (お)湯 hot water 热水 nước nóng	カップラーメンにお湯を入れて、３分待ちます。 Add hot water to the cup noodles and wait for 3 minutes. 往泡面里注入热水，等待3分钟。 Đổ nước nóng vào ly mì rồi đợi 3 phút.
0328 かがみ 鏡 mirror 镜子 gương	母は髪の色を変えたので、何度も鏡を見ています。 My mother has changed her hair color, so she keeps looking in the mirror. 我妈妈染了头发，所以左一遍右一遍地照着镜子。 Mẹ tôi đổi màu tóc nên cứ nhìn vào gương mãi.
0329 どうぐ 道具 tool 用具 dụng cụ	父は釣りの道具をたくさん持っています。 My father has a lot of fishing tackle. 我爸爸有许多钓鱼用具。 Cha tôi có nhiều dụng cụ câu cá.
0330 ベビーカー stroller 婴儿车 xe đẩy em bé	赤ちゃんがベビーカーの中で眠っています。 The baby is sleeping in the stroller. 小宝宝正在婴儿车里睡觉。 Em bé đang ngủ trong xe đẩy.
0331 でんきだい 電気代 electricity bill 电费 tiền điện	エアコンを使う夏は、電気代が高くなります。 Electricity bills go up with summer air-conditioner usage. 夏季使用空调，电费会变贵。 Mùa hè dùng máy điều hòa nên tiền điện tăng.
0332 カード card 卡 thẻ	コートを買って、カードで払いました。 I bought a coat and paid for it with my credit card. 刷信用卡买了一件外套。 Tôi mua áo bành tô và trả bằng thẻ tín dụng.
0333 あんしょうばんごう 暗証番号 PIN, personal identification number 密码 số mật khẩu	暗証番号は、時々変えたほうが安全です。 It is safer to change your PIN from time to time. 时不时地更改密码会比较安全。 Nên thỉnh thoảng đổi số mật khẩu cho an toàn.
0334 カタログ catalog 商品目录 ca-ta-lô	カタログを見て、電子レンジを選びました。 I looked at the catalog and chose a microwave oven. 我浏览了商品目录后选购了一台微波炉。 Tôi xem ca-ta-lô và chọn lò vi sóng.

0335
セール（バーゲンセール）
sale (bargain sale)
大减价
đợt bán hạ giá

セールで高い服がとても安く買えました。
I was able to buy expensive clothes very cheaply at the sale.
因为大减价，我非常便宜地买到了很贵的衣服。
Tôi đã mua được quần áo đắt tiền với giá rẻ trong đợt bán hạ giá.

0336
うりば
売り場
sales floor / area
卖场
quầy hàng

売り場が広くなって、買い物がしやすくなりました。
The sales floor has got bigger, making it easier to shop.
卖场变大后，购物变得更舒适了。
Quầy hàng được mở rộng nên việc mua sắm đã trở nên dễ dàng.
☀～売り場（例：おもちゃ売り場）

0337
しなもの
品物
goods
商品
hàng hóa

この店は、安くていい品物がたくさんあります。
This store has a lot of low-priced, good items.
这家店有许多物美价廉的商品。
Cửa hàng này có nhiều hàng hóa vừa rẻ vừa tốt.

0338
ねだん
値段
price
价格
giá cả

日本は食料品の値段がとても高いです。
The price of food items is really expensive in Japan.
日本的食物价格非常高昂。
Ở Nhật, giá cả thực phẩm rất đắt đỏ.

0339
おつり
お釣り
change
找零
tiền thừa hoàn lại

お客に、お釣りを間違えて渡してしまいました。
I gave a customer the wrong change.
我不小心给客人找错钱了。
Tôi lỡ trả nhầm tiền thừa cho khách.

0340
レジ
cash register, checkout counter
收银机、收银台
máy tính tiền, quầy thu ngân

たばこはレジの近くに置いてあります。
Cigarettes are near the checkout counter.
香烟摆放在收银台附近。
Thuốc lá được để gần quầy thu ngân.

0341
レシート
receipt
收据
hóa đơn

買い物のレシートは、捨てないで取っておきます。
I never throw away shopping receipts, but always keep them.
我不会扔掉购物小票，而是会把它们存放起来。
Tôi không bỏ hóa đơn mua hàng mà giữ lại.

0342
チャージ する
charge
充值
nạp thêm

カードにチャージしてから、電車に乗りました。
I got on the train after charging my card.
给交通卡充值后坐了电车。
Tôi nạp thêm tiền vào thẻ rồi lên xe điện.

0343

だんボール
段ボール
cardboard box
纸板箱
thùng cạc-tông

引っ越すので、本を段ボールの箱に入れました。
As I'm moving, I've put my books in a cardboard box.
因为要搬家，我把书装进了纸板箱里。
Sắp chuyển nhà nên tôi cho sách vào thùng cạc-tông.

✳段ボール箱

0344

ごみ
trash
垃圾
rác

みんなでごみを拾って、公園をきれいにしました。
Everyone picked up the trash and cleaned the park.
大家一起捡了垃圾，把公园打扫干净了。
Mọi người cùng nhau nhặt rác và làm sạch công viên.

0345

ごみばこ
ごみ箱
trash can
垃圾桶
thùng rác

ペットボトルは、このごみ箱に捨ててください。
Please throw away the PET bottles in this trash can.
请将塑料瓶丢进这个垃圾桶。
Chai nhựa thì hãy bỏ vào thùng rác này.

0346

そうじき
掃除機
vacuum cleaner
吸尘器
máy hút bụi

この掃除機は小さいですが、吸う力が強いです。
This vacuum cleaner is small, but it has strong sucking power.
这台吸尘器虽小，吸力却很强劲。
Cái máy hút bụi này tuy nhỏ nhưng lực hút mạnh.

〔掃除機をかける〕
vacuum　使用吸尘器　dùng máy hút bụi

掃除機をかけて、部屋をきれいにしました。
I vacuumed and cleaned the room.
我用吸尘器把房间打扫干净了。
Tôi dùng máy hút bụi làm sạch gian phòng.

0347

せんたくき
洗濯機
washing machine
洗衣机
máy giặt

0348

タオル
towel
毛巾
khăn lau

0349

でんち
電池
battery
电池
pin

0350

シャンプー
shampoo
洗发水
dầu gội đầu

0351

トイレットペーパー
toilet paper
厕纸
giấy vệ sinh

0352

カッター
cutter
美工刀
dao rọc giấy

0353

けしゴム
消しゴム
eraser
橡皮
gôm, tẩy

0354

シャーペン
(シャープペンシル)
mechanical pencil
自动铅笔
bút chì bấm

0355

セロテープ
Scotch tape
透明胶带
băng keo

0356

はさみ
scissors
剪刀
kéo

0357

ホッチキス
stapler
订书机
cái dập ghim

0358

ヘッドホン
headphones
头戴式耳机
tai nghe

0359	0360	0361
イヤホン	シーディー CD	ボール
earphones	CD	ball
耳机	光盘	球
tai nghe trong	đĩa CD	quả bóng

名詞　食事・食べ物

Nouns – Meals and Food
名词 – 饮食与食物
Danh từ – Bữa ăn, thức ăn

0362

しょくじ
食事 する
have a meal
吃饭
dùng bữa

昨日、友達とみんなで食事をしました。
I had a meal together with friends yesterday.
昨天我和朋友一起吃了饭。
Hôm qua tôi đã dùng bữa với bạn bè.

☀食事代

0363

おひる
お昼
lunch
午饭
bữa trưa

今日のお昼はサンドイッチとコーヒーです。
My lunch today is sandwiches and coffee.
今天的午饭是三明治和咖啡。
Bữa trưa hôm nay là bánh mì kẹp và cà-phê.

✿お昼ご飯

0364

ごちそう する
treat
请客
thết đãi

今年の誕生日は、先輩がごちそうしてくれました。
My senior treated me for my birthday this year.
今年生日，前辈请我吃了饭。
Sinh nhật năm nay tôi đã được tiền bối thết đãi.

0365

あじ
味
taste
味道
vị

この店のケーキは味もいいし、形もきれいだね。
The cakes in this shop taste good and have a beautiful shape.
这家店的蛋糕真是又美味，又漂亮呀。
Bánh ngọt của tiệm này vừa có vị ngon vừa có hình dáng đẹp nhỉ.

〔味がする〕　taste　有味道　có vị

この牛乳、ちょっと変な味がするよ。
This milk tastes a little strange.
这杯牛奶有股奇怪的味道。
Sữa này có vị hơi kỳ đó.

☀～味（例：しょうゆ味）

0366

しょくりょうひん
食料品
groceries
食品
thực phẩm

食料品は、たいてい近くのスーパーで買います。
I usually buy groceries at a nearby supermarket.
我通常在附近的超市买食品。
Thực phẩm thì tôi thường mua ở siêu thị gần nhà.

0367

アルコール
alcohol
酒精
cồn

この飲み物にはアルコールが6％入っています。
This drink contains 6% alcohol.
这款饮料含有6%的酒精。
Đồ uống này có 6% cồn.

0368

しょうゆ
soy sauce
酱油
nước tương

日本の料理には、しょうゆをよく使います。
They frequently use soy sauce in Japanese cuisine.
日本料理中经常使用酱油。
Món ăn Nhật hay có nước tương.

0369

ジャム
jam
果酱
mứt

父はパンにジャムをたくさん塗ります。
My dad puts a lot of jam on his bread.
我爸爸会在面包上涂很多果酱。
Cha tôi phết nhiều mứt lên bánh mì.

0370

トースター
toaster
烤面包机
máy nướng bánh mì

パンをトースターで焼いて、食べました。
I toasted the bread in the toaster and ate it.
我用烤面包机烤了面包吃。
Tôi dùng máy nướng bánh mì rồi ăn.

0371
でんしレンジ
電子レンジ
microwave oven
微波炉
lò vi sóng

0372
こめ
米
rice
大米
gạo

0373
みそ
miso
味噌(日式大豆酱)
tương miso

0374
チーズ
cheese
芝士
phô-mai

0375
ハム
ham
火腿
giăm-bông

0376
カップラーメン
cup noodles
杯装泡面
mì ly

0377
みそしる
みそ汁
miso soup
味噌汤(日式大酱汤)
súp miso

0378
サラダ
salad
沙拉
xa-lát

0379
ハンバーグ
hamburger steak
汉堡肉饼
bít-tết Hamburg

0380
ケーキ
cake
蛋糕
bánh ngọt

0381
チョコレート
chocolate
巧克力
sô-cô-la

0382
にほんしゅ
日本酒
rice wine, sake
日本酒
rượu Nhật

0383
ペットボトル
PET bottle
塑料瓶
chai nhựa

0384
かみパック
紙パック
paper carton
纸盒
hộp giấy

名詞　服や靴

Nouns – Clothes and Shoes
名词 – 衣物鞋类
Danh từ – Quần áo và giày dép

0385 うわぎ **上着** jacket 外套 áo khoác	暑くなったので、上着を脱ぎました。 It got hot, so I took off my jacket. 天气变热了，所以我把外套脱了。 Trời nóng lên nên tôi cởi áo khoác ra.
0386 したぎ **下着** underwear 内衣 đồ lót	雨に降られて、下着までぬれてしまいました。 It was raining, and I got soaked down to my underwear. 淋到了雨，连内衣都湿了。 Tôi bị mưa làm ướt đến tận đồ lót.
0387 きもの **着物** kimono 和服 ki-mô-nô	正月には着物を着て出掛けたいです。 At New Year I want to go out wearing a kimono. 新年我想穿和服出门。 Tôi muốn mặc ki-mô-nô đi ra ngoài vào ngày Tết.
0388 てぶくろ **手袋** gloves 手套 găng tay	今日は寒いから、手袋をしたほうがいいよ。 It's cold today, so you should wear gloves. 今天很冷，你最好戴上手套。 Hôm nay trời lạnh nên đeo găng tay vào thì hơn.
0389 ゆびわ **指輪** ring 戒指 nhẫn	いつも彼からもらった指輪をしています。 I always wear the ring my boyfriend gave me. 我一直戴着男友送给我的戒指。 Tôi luôn đeo cái nhẫn bạn trai tặng.

0390	0391	0392	0393
ポケット	**コート**	**スーツ**	**セーター**
pocket	coat	suit	sweater
口袋	大衣	西装	毛衣
túi (quần, áo)	áo bành tô	bộ vét	áo len

0394	0395	0396	0397
くつした **靴下**	**サンダル**	**スリッパ**	**スニーカー**
socks	sandals	slippers	sneakers
袜子	凉鞋	拖鞋	运动鞋
vớ, tất	xăng-đan	dép đi trong nhà	giày thể thao

0398
アクセサリー
accessory
饰品
phụ kiện

名詞　色の名前 (めいし　いろのなまえ)

Nouns - Names of Colors
名词 - 颜色的名称
Danh từ - Tên màu sắc

0399 イエロー yellow 黄色 màu vàng	0400 オレンジ orange 橘黄色、橙黄色 màu cam	0401 グリーン green 绿色 màu xanh lá	0402 グレー grey 灰色 màu xám
0403 ゴールド gold 金色 màu vàng kim	0404 シルバー silver 银色 màu bạc	0405 ピンク pink 粉红色 màu hồng	0406 ブラック black 黑色 màu đen
0407 ブルー blue 蓝色 màu xanh dương	0408 ベージュ beige 米黄色 màu be	0409 ホワイト white 白色 màu trắng	0410 レッド red 红色 màu đỏ

名詞　安全な生活 (めいし　あんぜんなせいかつ)

Nouns - Living Safety
名词 - 安全的生活
Danh từ - Cuộc sống an toàn

0411
けいさつ
警察
police
警察
cảnh sát

事故(じこ)を見(み)たので、すぐに警察(けいさつ)に電話(でんわ)しました。
I saw an accident, so I immediately called the police.
我目击了一起事故，所以马上给警察打了电话。
Tôi thấy tai nạn nên đã gọi điện ngay cho cảnh sát.

0412
こうばん
交番
police box
派出所
đồn cảnh sát

交番(こうばん)で駅(えき)へ行(い)く道(みち)を聞(き)きました。
I asked the way to the station at a police box.
我在派出所问了去车站的路。
Tôi đã hỏi đường đến nhà ga ở đồn cảnh sát.

□ 0413

どろぼう
泥棒
robber
小偷
kẻ trộm

泥棒は家のお金を取って逃げました。
A thief took money from the house and ran away.
小偷偷了家里的钱逃走了。
Kẻ trộm đã lấy tiền trong nhà rồi chạy trốn.

□ 0414

すり
pickpocket
扒手
tên móc túi

すりに財布を取られました。
My wallet was taken by a pickpocket.
我的钱包被扒手顺走了。
Tôi bị tên móc túi lấy mất ví.

□ 0415

じこ
事故
accident
事故
tai nạn

この交差点は事故が多いから、気を付けよう。
There are a lot of accidents at this intersection, so be careful.
这个十字路口事故多发，小心点。
Ngã tư này hay xảy ra tai nạn nên hãy cẩn thận.
☀交通事故　☀～事故（例：飛行機事故）

□ 0416

かじ
火事
fire
火灾、失火
vụ cháy

火事の原因は、たばこの火でした。
The cause of the fire was a lit cigarette.
引发火灾的原因是一个未熄灭的烟头。
Nguyên nhân của vụ cháy là lửa từ thuốc lá.

□ 0417

ひじょうぐち
非常口
emergency exit
紧急出口
cửa thoát hiểm

非常口の前に物を置かないでください。
Please do not place anything in front of the emergency exit.
请不要在紧急出口前堆放物品。
Xin đừng để đồ đạc trước cửa thoát hiểm!

□ 0418

しょうかき
消火器
fire extinguisher
灭火器
bình chữa cháy

このビルは、階段のそばに消火器があります。
This building has fire extinguishers near the stairs.
这幢大楼在楼梯边上设置了灭火器。
Tòa cao ốc này có bình chữa cháy ở cạnh cầu thang.

□ 0419

きゅうきゅうしゃ
救急車
ambulance
救护车
xe cấp cứu

事故が起きた場所に、すぐ救急車が来ました。
An ambulance immediately came to the place where the accident occurred.
救护车很快来到了事故现场。
Xe cấp cứu đã đến ngay chỗ xảy ra tai nạn.

□ 0420

じしん
地震
earthquake
地震
động đất

昨日の夜、大きい地震がありました。
There was a big earthquake last night.
昨晚发生了一场很大的地震。
Có trận động đất lớn vào đêm qua.

0421
しんど
震度
earthquake intensity
地震烈度
cường độ địa chấn

さっきの地震は震度３でした。
The earthquake a little while ago had a seismic intensity of three.
刚才的地震烈度有3级。
Trận động đất lúc nãy có cường độ là 3.

0422
たいふう
台風
typhoon
台风
bão

台風で公園の木が倒れました。
The typhoon caused trees in the park to fall down.
公园里的树被台风吹倒了。
Cây cối trong công viên bị đổ do bão.

0423
かいちゅうでんとう
懐中電灯
flashlight, torch
手电筒
đèn pin

いつも懐中電灯をそばに置いて寝ます。
I always have a flashlight nearby when I go to sleep.
我习惯睡觉时在旁边放一个手电筒。
Lúc nào tôi cũng để đèn pin bên cạnh khi ngủ.

0424
おまわりさん
お巡りさん
policeman
巡警
nhân viên cảnh sát

お巡りさんが、駅へ行く道を教えてくれました。
A policeman showed me the way to the station.
巡警告诉了我去车站的路。
Anh cảnh sát đã chỉ đường đến nhà ga cho tôi.
❀ **警官**

0425
ひゃくとおばん
110番 (する)
phone 110 and report (something) to the police
打110报警
gọi 110 báo cảnh sát

警官を呼ぶときは、110番に電話をします。
To call the police, phone 110.
报警请拨打110。
Gọi cảnh sát thì bấm số 110.

0426
ひゃくじゅうきゅうばん
119番
119
119
số 119

救急車を呼ぶときは、119番に電話をします。
To call an ambulance, phone 119.
呼叫救护车请拨打119。
Gọi xe cấp cứu thì bấm số 119.

名詞　文化・趣味

Nouns – Culture and Hobbies
名词 – 文化与爱好
Danh từ – Văn hóa, sở thích

0427
ぶんか
文化
culture
文化
văn hóa

どの国にも、その国の文化があります。
Every country has its own culture.
无论哪个国家都有自己的文化。
Đất nước nào cũng có nền văn hóa của mình.
☀ **日本文化**

□ 0428

れきし
歴史
history
历史
lịch sử

図書館で自分の町の歴史を調べました。
I looked up the history of my town at the library.
我在图书馆查了查我所在城市的历史。
Tôi đã tra cứu lịch sử thị trấn của mình ở thư viện.

□ 0429

しょうせつ
小説
novel
小说
tiểu thuyết

私の趣味は小説を読むことです。
My hobby is reading novels.
我的爱好是看小说。
Sở thích của tôi là đọc tiểu thuyết.
✲小説家　✲～小説（例：歴史小説）

□ 0430

ぶんがく
文学
literature
文学
văn học

日本の古い時代の文学を研究しています。
I am studying old Japanese literature.
我从事日本古代文学的研究。
Tôi đang nghiên cứu văn học thời xưa của Nhật.
✲日本文学

□ 0431

コンサート
concert
音乐会
buổi hòa nhạc

明日、ピアノのコンサートに行く予定です。
I am going to a piano concert tomorrow.
我明天要去听一场钢琴音乐会。
Tôi dự định mai sẽ đi nghe hòa nhạc dương cầm.
✲～コンサート（例：ピアノコンサート）

□ 0432

てんらんかい
展覧会
exhibition
展览
buổi triển lãm

絵が好きなので、展覧会によく行きます。
I like paintings, so I often go to exhibitions.
因为我喜欢画，所以经常去看展览。
Vì thích hội họa nên tôi hay đi xem triển lãm.

□ 0433

（お）はなみ
（お）花見
cherry-blossom viewing
赏花
sự ngắm hoa

毎年、桜の木の下でお花見をします。
Every year, we view cherry blossoms under the cherry blossom trees.
我们每年都会在樱花树下赏花。
Năm nào chúng tôi cũng ngắm hoa dưới cây anh đào.

□ 0434

さくら
桜
cherry blossom
樱花
anh đào

今年も、庭の桜がきれいに咲きました。
The cherry blossoms in the garden bloomed beautifully this year as well.
今年院子里的樱花也开得很漂亮。
Năm nay, anh đào trong vườn cũng nở rực rỡ.

□ 0435

ゴールデンウィーク
Golden Week
黄金周
kỳ nghỉ Tuần Lễ Vàng

ゴールデンウィークは旅行する人が多いです。
Many people travel during Golden Week.
黄金周有许多人出去旅游。
Vào kỳ nghỉ Tuần Lễ Vàng, nhiều người đi du lịch.

0436

(お) しょうがつ
(お) 正月

New Year
新年
Tết (dương lịch)

正月に国へ帰って、両親に会いました。
I returned to my country at New Year and saw my parents.
新年我回国看望了父母。
Vào dịp Tết tôi đã về nước gặp cha mẹ.

0437

(お) まつり
(お) 祭り

festival
庙会、节庆活动
lễ hội

夏休みに京都へお祭りを見に行きました。
During the summer vacation, I went to Kyoto to see a festival.
我暑假去京都看了庙会。
Hồi nghỉ hè, tôi đã đi Kyoto xem lễ hội.

☀～祭り (例：夏祭り)

0438

うんどうかい
運動会

sports day, athletic meet
运动会
hội thao

会社の運動会で１００ｍ 走りました。
At the company sports day I ran 100 meters.
我在公司举办的运动会上跑了100m。
Tôi đã chạy 100m trong hội thao của công ty.

0439

しゅみ
趣味

hobby
兴趣爱好
sở thích

彼と私は趣味が同じで、よくスキーに行きます。
He and I have the same hobbies and often go skiing.
他和我有相同的爱好，我俩经常去滑雪。
Anh ấy và tôi có cùng sở thích nên hay đi trượt tuyết.

0440

アニメ
(アニメーション)

anime, animation
动漫
phim hoạt hình

日本のアニメは外国でも放送されています。
Japanese anime is also broadcast in foreign countries.
日本的动漫也在国外上映。
Phim hoạt hình Nhật Bản được chiếu cả ở nước ngoài.

0441

イラスト

illustration
插图
tranh minh họa

この本は、イラストが多くて楽しいです。
As this book has a lot of illustrations, it's enjoyable.
这本书里有许多插图，很有意思。
Cuốn sách này có nhiều tranh minh họa nên thú vị.

0442

にんぎょう
人形

doll
人偶
búp bê

趣味で、世界の珍しい人形を集めています。
As a hobby, I collect rare dolls from all over the world.
我的爱好是收集世界上稀有的人偶。
Tôi sưu tầm các búp bê hiếm trên thế giới vì sở thích.

0443

おどり
踊り

dance
舞蹈
điệu múa

娘は歌と踊りを習っています。
My daughter is learning to sing and dance.
我的女儿正在学唱歌跳舞。
Con gái tôi đang học hát và múa.

0444
けんぶつ
見物 する
sightsee
游览参观
tham quan

四国へ行って、寺や神社をたくさん見物しました。
I visited Shikoku and went sightseeing at many temples and shrines.
我去四国游览了许多寺庙和神社。
Tôi đã đi Shikoku tham quan nhiều chùa và đền Thần đạo.
見物客

0445
けしき
景色
scenery
景色
phong cảnh

山と湖が見えて、いい景色ですね。
You can see the mountains and the lake, so the scenery is nice.
这里看得到山和湖，景色真美呀。
Phong cảnh đẹp nhỉ, thấy được cả núi và hồ.

0446
スキーじょう
スキー場
ski area
滑雪场
khu trượt tuyết

冬休みに北海道のスキー場へ行きました。
During the winter vacation, I went to a ski area in Hokkaido.
寒假里我去了北海道的滑雪场。
Tôi đã đi đến khu trượt tuyết ở Hokkaido vào kỳ nghỉ đông.

0447
りょかん
旅館
Japanese inn
旅馆
lữ quán

100年も続いている旅館に泊まりました。
I stayed at a Japanese inn that's been going for 100 years.
我住在了一家开了100年的旅馆里。
Tôi đã nghỉ ở một lữ quán có tuổi đời 100 năm.
ホテル

0448
スーツケース
suitcase
行李箱
va-li

旅行に行くので、スーツケースを買いました。
I am going on a trip, so I've bought a suitcase.
因为要去旅游，所以我买了个行李箱。
Sắp đi du lịch nên tôi đã mua va-li.

0449
(お) みやげ
(お) 土産
souvenir
特产、纪念品
quà lưu niệm

旅行のお土産です。召し上がってください。
This is a souvenir from my trip. Please try it.
这是旅游时买的特产，请慢用。
Đây là quà lưu niệm từ chuyến du lịch. Xin mời dùng ạ!

0450
クリスマス
Christmas
圣诞节
Giáng sinh

0451
ゲーム
game
游戏
trò chơi điện tử

0452
まんが
漫画
manga, comic
漫画
truyện tranh

0453
カラオケ
karaoke
卡拉OK
karaoke

0454
ダンス
dance
舞蹈
sự nhảy múa

0455
つり
釣り
fishing
钓鱼
sự câu cá

名詞（めいし）　スポーツ

Nouns - Sports
名词 - 体育
Danh từ - Thể thao

0456 サッカー soccer, football 足球 bóng đá	0457 じゅうどう 柔道 judo 柔道 võ judo	0458 すいえい 水泳 swimming 游泳 môn bơi lội	0459 スキー skiing 滑雪 môn trượt tuyết
0460 スケート skating 滑冰 môn trượt băng	0461 テニス tennis 网球 quần vợt	0462 やきゅう 野球 baseball 棒球 bóng chày	0463 ゴルフ golf 高尔夫 môn đánh gôn

わたしの単語

On this page, let's write down vocabulary items taken from daily life.
请在这一页写下日常生活中发现的单词吧。
Hãy viết vào trang này những từ vựng tìm thấy trong sinh hoạt.

□	
□	
□	
□	
□	
□	
□	

読んでみよう３

台風や地震が来たら、心配です

こんばんは。今日は、**台風**や**地震**が来たらどうしようと、心配している人のために、何を準備しておいたらいいか、お話しします。

準備する１つ目は、水と**食料品**です。１人の人が１日に必要な水は、２Ｌです。大きい**ペットボトル**の水を買っておきましょう。**食料品**は、すぐに悪くならない**カップラーメン**などの他に、料理しなくても食べられるお菓子などがいいです。電気やガスが止まったりするからです。

２つ目は、**懐中電灯**と**電池**です。**地震**や**台風**で、夜、電気がつかなくなったとき、**懐中電灯**がないと、動けません。

３つ目は、**トイレットペーパー**や**タオル**など、毎日の**生活**で使うものです。古くてもいいので、**下着**もあるといいでしょう。

忘れてはいけないのが、**スリッパ**か**サンダル**です。**地震**で割れたコップなどがあったら、**スリッパ**などを履いていないと、けがをするからです。

いつでも使えるように、家族のみんなが分かる場所に置いておきましょう。

It's a worry if a typhoon or earthquake hits

Good evening. Today, I will talk about what to prepare for those who are worried about what to do in the event of a typhoon or earthquake.

The first thing to prepare is water and food. One person needs two liters of water per day. Buy large PET bottles of water. As for food items, in addition to items that do not go bad immediately, such as cup noodles, sweets that can be eaten without cooking are good. This is because the electricity and gas may stop.

The second thing is flashlights and batteries. When the lights go out at night due to an earthquake or typhoon, you can't move without a flashlight.

The third thing is such daily necessities as toilet paper and towels. Even if it is old, having underwear is also a good idea.

Don't forget slippers or sandals. If you don't wear them, you may be injured if there are things like cups broken by the earthquake on the floor.

Keep these in a place that the whole family knows so that you can use them at any time.

担心台风或地震来袭

晚上好。今天,我想来谈谈台风或地震来袭时,我们该做好哪些准备。担心到时不知所措的你,快记下来吧!

首先,我们要准备的是水和食物。一个人每天需要喝2ℓ水。我们可以买好一些大瓶的饮用水。关于食物,我们可以准备一些不会马上变质的杯装泡面等,也可以准备一些即食点心之类的。因为有时会停电、停气。

其次是手电筒和电池。受地震或台风影响,晚上停电时,要是没有手电筒就无法移动。

第三,要准备厕纸、毛巾等每日生活用品。旧一点也没关系,所以最好再准备一些内衣。

千万不要忘记准备拖鞋或凉鞋。因为,有些杯子等物品可能在地震中摔碎了,要是不穿拖鞋什么的,会很容易受伤。

最后,让我们把这些物资放在全家人都知道的地方,以便随时使用。

Thật đáng lo nếu có bão hay động đất.

Chào buổi tối. Hôm nay, tôi sẽ trình bày về chuyện nên chuẩn bị trước những gì, dành cho người hay lo lắng không biết làm thế nào lỡ có bão hay động đất tới.

Vật chuẩn bị số 1 là nước và thực phẩm. Một người cần 2ℓ nước mỗi ngày. Hãy mua trữ loại nước đựng trong chai nhựa lớn. Còn thực phẩm thì ngoài những loại để lâu được như mì ly v.v., nên trữ các loại bánh kẹo ăn liền không cần nấu lên v.v. Đó là vì điện và ga sẽ bị cắt.

Vật thứ 2 là đèn pin và pin. Do động đất hay bão, khi đêm xuống không mở được đèn điện, nếu cũng không có đèn pin thì không thể di chuyển được.

Vật thứ 3 là những thứ ta dùng khi sinh hoạt hàng ngày, như giấy vệ sinh hay khăn lau v.v. Cũng nên chuẩn bị cả đồ lót, cũ cũng không sao.

Thứ mà bạn không được quên là dép đi trong nhà hoặc xăng-đan. Đó là vì sẽ có mảnh vỡ của cốc chén v.v. sau động đất, nếu không mang giày dép thì bạn sẽ bị thương.

Hãy đặt sẵn những thứ trên ở nơi mọi người trong gia đình đều biết để lúc nào cũng sử dụng được.

さくら交番からのお知らせ

さくら**交番**からのお知らせ　２０××年８月１日

窓から泥棒が！！
出掛けるときも寝るときも、窓を閉めて、鍵を掛けて*

７月８日に、さくら町２丁目の家に**泥棒**が入りました。**用事**で出掛けているときに、開いていた２階の窓から入ったようです。取られた物は、**着物**５枚、**指輪**などの**アクセサリー**８個、冬の**コート**で、どれも**値段**が高い物でした。暑くなってきましたが、少しの時間でも**留守**にするときは、窓を閉めて、鍵を掛けましょう。

すりに注意！

７月１６日に、スーパースリーエーの**食料品**の**売り場**で、女性が**すり**に財布を取られました。女性は、**レジ**でお金を払うとき、財布がないのに気が付きました。財布の中には、１万８千円と**カード**が３枚入っていました。

駅前の交差点で事故！

７月３日に駅前の交差点で、車と自転車の**事故**がありました。自転車に乗っていた高校生は足にけがをして、**救急車**で病院に運ばれました。

探しています！！

７月２０日ごろ、さくら町１丁目の家から**ペット**の小鳥がいなくなりました。体の大きさは１８ｃｍぐらいで、色は**グリーン**、頭と顔は**イエロー**。名前は「ゆきちゃん」。見付けたら、さくら**交番**に知らせてください。

* 鍵を掛ける　lock　上锁　khóa

Notice from Sakura police box

Notice from Sakura police box 1 August 20XX

Burglar entering through windows!!

When you go out or go to sleep, close the windows and lock them.

On 8 July, a burglar entered a house in the Second District of Sakura Town. It seems he entered through an open window on the second floor when the occupant was out on business. The items taken were five kimonos, eight accessories such as rings, and a winter coat, all of which were expensive. Though it's getting hot, if you're away for a while, close the windows and lock them.

Beware of pickpockets!

On 16 July, a woman had her wallet taken by a pickpocket in the grocery section of Super Three A store. When the woman went to pay at the register, she noticed she didn't have her wallet. In the wallet were 18,000 yen and three cards.

Accident at the intersection in front of the station!

On 3 July, there was an accident between a car and a bicycle at the intersection in front of the station. A high school student riding the bicycle was injured in the leg and was taken to the hospital by ambulance.

Missing!!

Around 20 July, a pet bird disappeared from a house in the First District of Sakura Town. Its body size is about 18 cm and it's green with a yellow head and face. Its name is "Yuki-chan". If you see it, please let Sakura Police Box know.

樱花派出所向您温馨提示

樱花派出所向您温馨提示 20XX 年 8 月 1 日

有小偷翻窗入室！！

出门或就寝时，请您关闭窗户并上锁。

7 月 8 日，樱花镇第 2 街道的一户人家遭窃。据悉，小偷趁户主因事外出时，从 2 楼开着的窗户进了屋。被盗物品有和服 5 身、戒指等首饰 8 件以及冬季的大衣，价格均十分高昂。最近天气越来越热了，但您哪怕只离家片刻，也请关上窗户并锁好。

谨防扒手！

7 月 16 日，一位女性在 3A 超市的食品卖场遭遇扒手，钱包被窃。该女子在收银台准备结账时，发现自己的钱包不见了。钱包中有 1 万 8 千日元现金及 3 张卡。

站前路口发生交通事故！

7 月 3 日，一辆汽车与一辆自行车于车站前方的路口发生交通事故。骑车的高中生脚部受伤，由救护车送往了医院。

寻宠启事！！

7 月 20 日左右，一只宠物鸟从樱花镇第 1 街道的家中遗失。小鸟体长约为 18cm，身体羽毛为绿色，头部、脸部羽毛为黄色。名字叫"小雪"。如果您找到了，请联系樱花派出所。

Thông báo từ đồn cảnh sát Sakura

Thông báo từ đồn cảnh sát Sakura, ngày 1 tháng 8 năm 20xx

Trộm vào nhà qua cửa sổ!!

Cả khi ra ngoài lẫn khi ngủ, hãy đóng và khóa cửa sổ!

Vào ngày 8 tháng 7, kẻ trộm đã đột nhập một căn nhà ở khu phố 2, phường Sakura. Có vẻ hắn đã vào bằng cửa sổ để mở trên tầng 2 khi chủ nhà đi công chuyện. Những vật bị lấy là 5 bộ ki-mo-nô, 8 món phụ kiện như nhẫn v.v., áo bành tô mùa đông, vật nào cũng đắt tiền. Tuy trời đã nóng lên nhưng hãy nhớ đóng và khóa cửa sổ khi vắng nhà, dù chỉ trong chốc lát.

Cẩn thận có móc túi!

Ngày 16 tháng 7, tại quầy hàng thực phẩm của siêu thị 3A, một phụ nữ đã bị kẻ móc túi lấy mất ví tiền. Người phụ nữ này đã phát hiện bị mất ví khi ra tính tiền ở quầy thu ngân. Trong ví có 18,000 yên và 3 thẻ.

Tai nạn ở ngã tư trước nhà ga!

Ngày 3 tháng 7, tại ngã tư trước nhà ga đã có một vụ tai nạn giữa xe ô-tô và xe đạp. Em học sinh cấp 3 điều khiển xe đạp bị thương ở chân nên đã được xe cấp cứu đưa vào bệnh viện.

Đang tìm kiếm!!

Khoảng ngày 20 tháng 7, một con chim nhỏ đã biến mất khỏi căn nhà của chủ nuôi thuộc khu phố 1, phường Sakura. Con chim có thân mình to khoảng 18cm, màu xanh lá, đầu và mặt màu vàng. Tên nó là "Yuki-chan". Ai tìm thấy xin hãy liên lạc về đồn cảnh sát Sakura.

名詞　いろいろな言葉

Nouns – Various Words
名词 – 各种词汇
Danh từ – Từ vựng các loại

0464 あんない **案内** する guide someone 向导、引路 hướng dẫn	お客様を食堂に案内してください。 Please take the customer to the cafeteria. 请带客人到食堂。 Hãy hướng dẫn khách đến nhà ăn!
0465 れんらく **連絡** する contact 联系 liên lạc	学校を休むときは、必ず連絡してください。 Please be sure to contact us when you are absent from school. 若要向学校请假，请务必联系告知。 Nhất thiết phải liên lạc khi vắng học!
0466 てんきよほう **天気予報** weather forecast 天气预报 dự báo thời tiết	天気予報を聞いて、傘を持って出ました。 After hearing the weather forecast, I took my umbrella with me. 听了天气预报后，我带着伞出门了。 Nghe dự báo thời tiết xong, tôi cầm dù ra ngoài.
0467 ほうそう **放送** する broadcast 播出 phát sóng	テレビでサッカーの試合を放送しています。 They are broadcasting a soccer game on TV. 在电视上播出足球比赛。 Ti-vi đang phát sóng trận bóng đá. ☀～放送（例：テレビ放送）
0468 ばんぐみ **番組** program 节目 chương trình	休みの日は、どんな番組を見ていますか。 What kind of programs do you watch on your days off? 休息日你会看什么样的节目呀？ Bạn hay xem chương trình nào vào ngày nghỉ? ☀テレビ番組　☀ニュース番組
0469 おしらせ **お知らせ** information 通知 thông báo	学校から運動会のお知らせがありました。 There was an announcement from the school about the athletic meet. 学校发了有关运动会的通知。 Có thông báo từ trường về hội thao.
0470 **パンフレット** pamphlet 小册子、宣传册 tờ quảng cáo	パンフレットを見て、旅行の計画を立てました。 I looked at the pamphlet and made a travel plan. 我参照宣传手册制定了旅游计划。 Tôi xem tờ quảng cáo rồi lên kế hoạch du lịch.

□ 0471 **ファックス** fax 传真 bản fax	連絡は、メールかファックスでお願いします。 Please contact me by email or fax. 请您通过邮件或传真联系我。 Vui lòng liên lạc bằng email hoặc fax.
□ 0472 **でんぽう** **電報** telegram 电报 bức điện tín	友達の結婚式の日に、電報を送りました。 I sent a telegram on the day of my friend's wedding. 我在朋友婚礼那天给他发了一封电报。 Tôi đã gửi điện tín vào ngày bạn tôi kết hôn.
□ 0473 **こうくうびん** **航空便** airmail 航空邮件、空运 bưu chính hàng không	急ぐので、航空便で荷物を送りました。 As it was urgent, I sent the package by airmail. 因为赶时间，所以我寄了航空快递。 Vì gấp nên tôi đã gửi hành lý bằng đường hàng không.
□ 0474 **けいかく** **計画** する plan 规划、计划 lập kế hoạch	町に、大きい病院を建てる計画があります。 There's a plan to build a big hospital in the town. 镇上规划要建一家大型医院。 Có kế hoạch xây một bệnh viện lớn trong thị trấn. ✲研究計画
□ 0475 **よてい** **予定** する plan 准备、计划 dự định	春に九州旅行を予定しています。 I am planning a trip to Kyushu in the spring. 我计划春天去九州旅游。 Tôi đang dự định đi du lịch Kyushu vào mùa xuân.
□ 0476 **よていひょう** **予定表** schedule 计划表 lịch trình	試験のまえに、勉強の予定表を作りました。 Before the exam, I made a study schedule. 我在考试前制定了学习计划表。 Tôi đã làm bản lịch trình học tập trước kỳ thi.
□ 0477 **よやく** **予約** する reserve 预订 đặt trước	旅行で泊まるホテルを予約しました。 I reserved a hotel to stay at for the trip. 我预订了旅行时要住的酒店。 Tôi đã đặt trước khách sạn để nghỉ lại khi đi du lịch. ✲電話予約
□ 0478 **じゅんび** **準備** する prepare 准备、筹备 chuẩn bị	先生たちは入学式の準備で忙しそうです。 The teachers seem to be busy preparing for the entrance ceremony. 老师们似乎正忙着筹备开学典礼。 Thầy cô giáo có vẻ bận rộn chuẩn bị cho lễ nhập học.

0479 ようい 用意 する prepare 准备、预备 chuẩn bị, sắp xếp	朝ご飯のまえに、学校へ行く用意をします。 Before breakfast, I get ready to go to school. 早饭前做好上学的准备。 Trước bữa sáng, tôi sắp xếp đồ đi học.
0480 りよう 利用 する use 利用 sử dụng	風の力を利用して、電気を作ります。 They use wind power to generate electricity. 利用风力发电。 Người ta sử dụng sức gió để làm ra điện. ✲利用時間
0481 キャンセル する cancel 取消 hủy bỏ	急な用事で旅館の予約をキャンセルしました。 As urgent business suddenly came up, I canceled the inn reservation. 因为有急事，我取消了酒店的预约。 Tôi đã hủy đặt chỗ ở lữ quán vì có việc đột xuất.
0482 ちゅうし 中止 する cancel 中止 hủy	雨で試合は中止になりました。 The game was canceled because of rain. 比赛因为下雨中止了。 Trận đấu bị hủy vì mưa.
0483 けいけん 経験 する experience 经历 kinh qua, trải qua	彼は外国で生活した経験があります。 He has experience of living overseas. 他有在异国他乡生活的经历。 Anh ấy có kinh nghiệm sống ở nước ngoài.
0484 しっぱい 失敗 する fail 失败 thất bại	もし試験に失敗しても、またチャレンジします。 Even if I fail the exam, I'll try again. 即使考砸了，我还会再次挑战。 Dù có thất bại trong kỳ thi thì tôi vẫn sẽ thử sức tiếp.
0485 せつめい 説明 する explain 说明、解释 giải thích	先生は、作文の書き方について説明しました。 The teacher explained how to write a composition. 老师讲解了作文的写法。 Giáo viên đã giải thích cách viết bài làm văn. ✲説明会
0486 りゆう 理由 reason 理由 lý do	この計画に反対する理由は何ですか。 What is the reason for your opposition to this plan? 你反对这个计划的理由是什么? Lý do anh phản đối kế hoạch này là gì?

□ 0487 **わけ** **訳** reason 缘由 nguyên cớ	**あの子が泣いている訳を知っていますか。** Do you know the reason why that child is crying? 你知道那个孩子为什么哭吗? Chị có biết nguyên cớ sao đứa bé kia khóc không?
□ 0488 **げんいん** **原因** cause 原因 nguyên nhân	**彼の病気の原因はストレスでした。** The cause of his illness was stress. 他的病因是压力太大。 Nguyên nhân căn bệnh của ông ta là sự căng thẳng.
□ 0489 **しかた** **仕方** way, how to do 办法 cách làm	**彼は説明の仕方が上手で、分かりやすいです。** His way of explaining is good and easy to understand. 他很擅长说明，通俗易懂。 Cách giải thích của anh ấy khéo léo và dễ hiểu.
□ 0490 **やりかた** **やり方** way, how to do 办法 cách làm	**失敗したら、違うやり方を考えてみよう。** If I fail, I'll try to think of another way of doing it. 要是失败了，那我就想想不同的办法吧。 Nếu thất bại thì mình sẽ thử nghĩ cách làm khác.
□ 0491 **ほんやく** **翻訳** する translate 翻译 dịch	**英語の小説を日本語に翻訳しました。** I translated an English novel into Japanese. 我把英语小说翻译成了日语。 Tôi dịch tiểu thuyết tiếng Anh sang tiếng Nhật.
□ 0492 **チェック** する check 检查 kiểm tra	**作文の字を間違えていないか、チェックしました。** I checked the composition to see if I'd made any mistakes with the characters. 我检查了一下作文有没有错字。 Tôi đã kiểm tra lại xem mình có viết sai chữ trong bài làm văn hay không.
□ 0493 **こしょう** **故障** する break down 故障 hư hỏng	**エアコンが故障して、暑いです。** The air conditioner is broken and it's hot. 空调故障了，好热。 Máy điều hòa bị hỏng nên nóng.
□ 0494 **もんだい** **問題** problem 问题 vấn đề	**環境の問題について、クラスで考えました。** We thought about environmental problems in class. 全班一起思考了环境问题。 Cả lớp đã cùng suy nghĩ về vấn đề môi trường. **☀～問題（例：環境問題）**

□ 0495 **ばあい** **場合** event, case 情况 trường hợp	**運動会が中止の場合は、6時までに連絡します。** In the event that the athletic meet is canceled, I will contact you by six. 如果运动会取消，我会在6点前联系你。 Tôi sẽ liên lạc trước 6 giờ trong trường hợp hội thao bị hủy.
□ 0496 **かんけい** **関係** relationship 关系 quan hệ	**父と私は、会社では社長と部長の関係です。** The relationship between my father and I at the company is that of president and general manager. 父亲和我在公司里是总经理和部门经理的关系。 Quan hệ của cha và tôi khi ở công ty là giám đốc và trưởng phòng.
□ 0497 **つごう** **都合** convenience 方便、合适 sự thuận tiện	**都合がよかったら、次の土曜日に会いませんか。** If it's convenient, why don't we meet next Saturday? 如果你方便的话，下周六见个面吧。 Nếu thuận tiện thì chúng ta gặp nhau vào thứ 7 tới nhé.
□ 0498 **きかい** **機会** opportunity 机会 cơ hội	**バイトを始めて、日本人と話す機会が増えました。** Since starting my part-time job, I have more opportunities to talk to Japanese people. 开始打工后，和日本人说话的机会变多了。 Từ khi tôi bắt đầu đi làm thêm, cơ hội nói chuyện với người Nhật đã tăng lên.
□ 0499 **こと** thing 事情 chuyện	**今、話したことは、誰にも言わないでね。** Don't tell anyone about the thing that I've just told you. 刚才我说的事情不要告诉任何人。 Đừng nói ai biết chuyện tôi vừa kể nhé!
□ 0500 **ふつう①** **普通** normal 普通、正常 sự bình thường	**私の国では、女性が働くのは普通のことです。** It is normal for women to work in my country. 在我的国家，女性工作很正常。 Ở nước tôi, phụ nữ đi làm là chuyện bình thường.
□ 0501 **べつ** **別** separate 另外、不同 khác	**ホテルでは、両親とは別の部屋に泊まりました。** At the hotel, I stayed in a separate room to my parents. 在酒店，我和爸妈住在了不同的房间。 Ở khách sạn, tôi đã ngủ phòng khác với phòng cha mẹ. ☀～別（例：クラス別）
□ 0502 **かたほう** **片方** one (of two) （两个中的）一个、一只 một (trong 2 thứ)	**手袋の片方を、どこかに落としてしまいました。** I've lost one of my gloves somewhere. 我的一只手套不知丢到哪儿去了。 Tôi lỡ làm rơi mất một bên găng tay ở đâu đó rồi. ⇔両方

☐ 0503 **りょうほう** **両方** both 两者、双方 cả hai thứ	仕事では、英語と中国語の両方を使っています。 At work I use both English and Chinese. 我在工作中会用到英文和中文。 Tôi sử dụng cả hai thứ tiếng Anh và Trung trong công việc. ⇔片方
☐ 0504 **じゅうしょ** **住所** address 住址 địa chỉ	引っ越したので、新しい住所をお知らせします。 I have moved, so I will inform you of my new address. 我搬家了，这是新住址，请知悉。 Vì vừa chuyển nhà nên tôi xin thông báo địa chỉ mới.
☐ 0505 **きんじょ** **近所** neighborhood 邻居、附近 hàng xóm	母は近所の子供にピアノを教えています。 My mother teaches the piano to children in the neighborhood. 我的母亲正在教邻居家的小孩弹钢琴。 Mẹ tôi đang dạy dương cầm cho đứa bé hàng xóm.
☐ 0506 **ばしょ** **場所** location 地方 địa điểm	このホテルは、景色がいい場所に建っています。 This hotel is built in a scenic location. 这家酒店建在景色旖旎的地方。 Khách sạn này được xây dựng ở địa điểm có cảnh đẹp.
☐ 0507 **おきば** **置き場** place (for) 放置处 chỗ đặt	洗面所に洗濯機の置き場があります。 There is a washing machine area in the washroom. 洗手间里有放洗衣机的地方。 Trong phòng rửa có chỗ đặt máy giặt. ☀ごみ置き場　☀自転車置き場
☐ 0508 **かいじょう** **会場** venue 会场 hội trường	このコンサートの会場には、２万人入れます。 This concert venue can accommodate 20,000 people. 这个音乐会会场可以容纳2万人。 Hội trường của buổi hòa nhạc này chứa được 20 nghìn người. ☀～会場（例：試験会場）
☐ 0509 **せき** **席** seat 座位 chỗ ngồi	教室のいちばん前の席に座りました。 I sat in one of the front seats of the class. 我坐在教室最前排的座位上。 Tôi đã ngồi ở chỗ ngồi ngay hàng đầu trong lớp học.
☐ 0510 **しあい** **試合** game, match 比赛 trận thi đấu	来週、柔道の試合があります。 Next week there is a judo match. 下周有柔道比赛。 Tuần sau có trận thi đấu judo.

☐ 0511

スクリーン
screen
屏幕
màn hình

映画を見るなら、大きいスクリーンがいい。
If I go to see a movie, I like it to be on a big screen.
如果看电影的话，大屏比较好。
Nếu xem phim thì màn hình to sẽ tốt hơn.

☐ 0512

ガラス
glass
玻璃
kính

部屋の窓のガラスを、きれいに磨きました。
I cleaned the glass windows of the room.
我把房间的玻璃窗擦得很干净。
Tôi đã đánh bóng thật kỹ kính cửa sổ trong phòng.

☀窓ガラス

☐ 0513

ひるやすみ
昼休み
lunch break
午休
giờ nghỉ trưa

晴れた日の昼休みは、公園でお弁当を食べます。
During my lunch break on sunny days, I eat my lunch box in the park.
晴朗的午休时间我会在公园吃便当。
Vào giờ nghỉ trưa ngày nắng đẹp, tôi thường ăn cơm hộp ngoài công viên.

☐ 0514

ベル
bell
铃
chuông

このビルは、火事のときベルが鳴ります。
In this building, a bell rings when there is a fire.
如遇火灾，这幢大楼的警铃就会响起。
Trong tòa cao ốc này khi có hỏa hoạn chuông sẽ reng.

☐ 0515

おと
音
sound, noise
声音
âm thanh, tiếng động

テレビの音がうるさいよ。もう少し小さくして。
The sound of the TV is loud. Turn it down a little.
电视声音太吵了，再调小点。
Tiếng ti-vi ồn quá! Vặn nhỏ lại chút đi!

〔音がする〕 there's a sound　有声音　phát ra tiếng, có tiếng động

外で変な音がするよ。何だろう。
There's a strange noise outside. What is it?
外面有奇怪的声音。会是什么呢?
Bên ngoài có tiếng động lạ đó. Gì vậy nhỉ?

☐ 0516

におい
匂い／臭い
smell
气味；臭味
mùi

私はリンゴの匂いが好きです。
I like the smell of apples.
我喜欢苹果的气味。
Tôi thích mùi của táo.

〔匂い／臭いがする〕 smell of　有气味　tỏa mùi

パン屋から、おいしそうな匂いがしています。
A delicious smell is coming from the bakery.
从面包店里飘出阵阵诱人的香味。
Từ tiệm bánh tỏa ra mùi thơm ngào ngạt.

□ 0517 **ひ** **火** fire 火 lửa	**電子レンジは、火を使わないで料理できます。** You can cook in the microwave without using fire. 微波炉不用火就可以烹饪。 Lò vi sóng nấu được thức ăn mà không dùng lửa.
□ 0518 **ひかり** **光** light 光 ánh sáng	**今夜は月の光が明るいですね。** The moonlight is bright tonight. 今晚的月光真皎洁呀。 Đêm nay ánh trăng sáng nhỉ.
□ 0519 **ちから** **力** power 力气、力量 sức lực	**兄は体が大きくて、力も強いです。** My older brother is big and strong. 我的哥哥身材魁梧，力气也很大。 Anh tôi vừa to con vừa có sức mạnh.
□ 0520 **かっこう** **格好** appearance 打扮 sự ăn mặc	**卒業式に、そんな変な格好で行かないでね。** Don't go to the graduation ceremony in such a strange style. 你别打扮得那么奇怪去参加毕业典礼。 Đừng ăn mặc kỳ cục như thế mà đi dự lễ tốt nghiệp nhé!
□ 0521 **ヘアスタイル** hairstyle 发型 kiểu tóc	**ヘアスタイルを変えたんだね。とてもいいよ。** You've changed your hairstyle. It looks really good. 你换发型了吧，很好看哦。 Chị đổi kiểu tóc à. Đẹp quá!
□ 0522 **タイプ** type 种类 loại	**この掃除機は重いので、軽いタイプのが欲しいです。** This vacuum cleaner is heavy; I want a lighter type. 这台吸尘器太重了，我想要轻一点的款式。 Cái máy hút bụi này nặng nên tôi muốn loại nhẹ hơn.
□ 0523 **せいよう** **西洋** the West 西方 phương Tây	**私は西洋の古い建物に興味があります。** I am interested in old Western buildings. 我对西方的古建筑很感兴趣。 Tôi có hứng thú với các tòa nhà thời xưa của phương Tây.
□ 0524 **よさ** goodness 好处 cái hay	**大人になって、この小説のよさが分かりました。** When I became an adult, I appreciated the value of this novel. 成年后，我明白了这本小说的妙处。 Lớn lên rồi tôi mới hiểu được cái hay của tiểu thuyết này.

0525
ゆめ
夢
dream
梦；梦想
giấc mơ / ước mơ

動物も、眠っているときに夢を見るらしい。
Animals also seem to dream when they are sleeping.
动物似乎也会在睡觉的时候做梦。
Nghe nói động vật cũng nằm mơ khi ngủ.

私には、月に行くという夢があります。
I have a dream of going to the moon.
我有一个登月梦。
Tôi có ước mơ được đi lên Mặt trăng.

名詞　どこ・どのくらい

Nouns – Where / How Much
名词 – 地点与程度
Danh từ – Ở đâu, đến mức nào

0526
すみ
隅
corner
角落
góc

玄関の隅に脱いだ靴を置きました。
I took my shoes off and put them in a corner of the entranceway.
我把脱下来的鞋放在了玄关的角落里。
Tôi đặt giày vừa cởi ra vào góc tiền sảnh.

0527
まんなか
真ん中
middle
正中间
chính giữa

花は、そのテーブルの真ん中に置いてください。
Please put the flowers in the middle of the table.
请把花放在那张桌子的正中间。
Hoa thì hãy đặt chính giữa cái bàn đó.

0528
あいだ
間
between
之间
khoảng cách

前の人との間を１ｍ空けて並んでください。
Please line up with a space of one meter between you and the person in front.
请和前面的人保持1米距离排队。
Hãy xếp hàng cách người phía trước 1m.

0529
へん
辺
area
附近
khu vực

この辺は、夜になると、通る人が少ないです。
There are few people passing through this area at night.
这附近一到晚上就很少有人经过。
Khu vực này về đêm có ít người qua lại.

0530
ほう
方
toward
方向
phía

映画館では、いつも後ろの方の席に座ります。
In movie theaters, I always sit towards the back.
在电影院我总会坐后排座位。
Tôi luôn ngồi ghế phía sau khi ở rạp phim.

0531
まわり
周り
around
周围
chung quanh

この駅の周りには、コンビニが３軒もあります。
There are three convenience stores around this station.
这个车站周围的便利店有3家之多。
Chung quanh nhà ga này có tới 3 cửa hàng tiện lợi.

0532
とおく
遠く
far away
远处
phía xa

目が疲れたら、遠くを見るといいですよ。
If your eyes get tired, it helps to look into the distance.
眼睛累了的话，可以望望远处。
Khi mỏi mắt thì nên nhìn ra xa.
⇔近く

0533
みぎがわ
右側
right side
右侧
bên phải

銀行は、この通りの右側にあります。
The bank is on the right side of this street.
银行在这条路的右边。
Ngân hàng nằm ở bên phải con đường này.
⇔左側

0534
あっち
over there
那边
bên kia

「トイレはどこ？」「あっちだよ。階段の横」
"Where's the toilet?" "Over there. Next to the stairs."
"厕所在哪里？""在那儿呢，楼梯边上。"
"Toa-lét ở đâu?" "Bên kia kìa. Kế cầu thang."
🍀あちら　🍀こっち　🍀そっち

0535
こっち
here
这边
bên này

地図で見ると、こっちから行くほうが近そうだよ。
Looking at the map, it seems closer to go this way.
从地图上来看，走这条路似乎更近。
Nhìn bản đồ thì thấy đi từ bên này có vẻ gần hơn đó.
🍀こちら　🍀あっち　🍀そっち

0536
そっち
there
那边
bên đó

そっちより、こっちの店のほうがおいしいよ。
This shop here is more delicious than that one there.
比起那家店，这家店更美味。
Tiệm bên này ngon hơn bên đó.
🍀そちら　🍀あっち　🍀こっち

0537
どっち
which, where
哪边、哪个
bên nào, cái nào

「お茶とコーヒーと、どっちがいい？」「お茶」
"Which is better, tea or coffee?" "Tea."
"你要喝茶，还是咖啡？""茶。"
"Trà với cà-phê, chọn cái nào?" "Trà"
🍀どちら

0538
いじょう
以上
or more
以上
trên

日本に来てから、もう２０年以上になります。
It's 20 years or more since I came to Japan.
自从我来到日本，已经过了20多年。
Tôi đến Nhật đã trên 20 năm rồi.
⇔以下

0539
いか
以下
or less
以下
dưới

100万円以下で買える車がありますか。
Can I buy a car for a million yen or less?
有没有100万日元以内可以买到的车?
Có xe nào giá dưới 1 triệu yen không ạ?
⇔**以上**

0540
いがい
以外
apart from
以外
ngoài

日曜日以外は、アルバイトをしています。
Apart from Sundays, I work part-time.
除了周日，我都在打工。
Tôi làm thêm mỗi ngày ngoài Chủ nhật.

0541
いない
以内
within
以内
trong vòng

駅から歩いて10分以内の部屋を探しています。
I'm looking for a room within a ten-minute walk from the station.
我正在找距离车站步行10分钟以内的房子。
Tôi đang tìm phòng ở cách ga trong vòng 10 phút đi bộ.

0542
うち
between, among
内、中
trong

2人のうちのどちらかが、試合に出られます。
Either of the two will be in the match.
两人中有一人可以参赛。
Chỉ 1 trong 2 người được thi đấu.

0543
ばい
倍
twice
(两)倍
gấp đôi

大学に入るためには、今の倍の勉強が必要です。
It takes twice as much study to get into university.
为了考上大学，必须加倍努力学习。
Để được vào đại học cần phải học nhiều gấp đôi hiện giờ.

0544
おおく
多く
many
许多
nhiều

夏休みには、多くの人が山や海に行きます。
Many people go to the mountains and the sea during the summer vacation.
暑假里，许多人会去山上或海边玩。
Vào kỳ nghỉ hè, nhiều người đi lên núi hoặc xuống biển.

0545
おもさ
重さ
weight
重量
độ nặng

同じ1Lでも、水と油では重さが違います。
Even if both are one liter, the weight of water and oil is different.
尽管体积相同，但1ℓ水和1ℓ油的重量是不同的。
Tuy cùng là 1ℓ nhưng độ nặng của nước và dầu lại khác nhau.

0546
たかさ
高さ
height
高度
độ cao

富士山の高さは3776mです。
The height of Mt. Fuji is 3,776 meters.
富士山的高度是3776m。
Độ cao của núi Phú Sĩ là 3776m.

0547 **ながさ** **長さ** length 长度 chiều dài	**この橋(はし)の長(なが)さは2000m(にせんメートル)です。** The length of this bridge is 2,000 meters. 这条桥的长度是2000m。 Chiều dài cây cầu này là 2000m.
0548 **ひろさ** **広さ** area 宽度、广度 chiều rộng	**あなたの部屋(へや)の広(ひろ)さは、どのくらいですか。** What is the size of your room? 你的房间有多大? Chiều rộng phòng bạn là bao nhiêu?
0549 **このくらい** about this (size) 这种(大小) cỡ này	**私(わたし)のうちの犬(いぬ)は、このくらいの大(おお)きさです。** Our dog is about this size. 我家的狗有这么大。 Con chó nhà tôi to cỡ này.
0550 **てん** **点** dot / point 点；分数 cái chấm / điểm số	**空(そら)の星(ほし)が、小(ちい)さい点(てん)のように見(み)えます。** The stars in the sky look like small dots. 天上的星星看起来像一个个小点。 Sao trên trời trông như cái chấm nhỏ. **先週(せんしゅう)のテストで100点(ひゃくてん)を取(と)りました。** I scored 100 points in last week's test. 上周的考试我考了100分。 Tôi được 100 điểm bài kiểm tra tuần trước.
0551 **せん** **線** line 线 đường	**文章(ぶんしょう)の中(なか)の大事(だいじ)な言葉(ことば)に、線(せん)を引(ひ)きました。** I drew a line under the important words in the text. 我给文章里的重点词句画了线。 Tôi đã gạch dưới những từ quan trọng trong đoạn văn.
0552 **かたち** **形** shape 形状 hình dáng	**店(みせ)には、いろいろな形(かたち)のバッグが並(なら)んでいます。** Bags of various shapes are displayed in the store. 店里陈列着各式各样的包包。 Trong cửa tiệm bày túi xách đủ hình dáng.
0553 **たて** **縦** vertical 纵向 dọc	**縦(たて)に書(か)いた文章(ぶんしょう)は、読(よ)むのが難(むずか)しいです。** Vertically written sentences are difficult to read. 竖着写的文章很难读。 Đoạn văn viết theo hàng dọc rất khó đọc. ⇔横(よこ)

□ 0554 **よこ** **横** width 横向 ngang	**履歴書(りれきしょ)の写真(しゃしん)は、縦(たて)が4cm(よんセンチ)、横(よこ)が3cm(さんセンチ)です。** The résumé photo is four centimeters long and three centimeters wide. 简历照片长4cm，宽3cm。 Ảnh chụp trong sơ yếu lý lịch có bề dọc là 4cm, ngang là 3cm. ⇔縦(たて)
□ 0555 **おもて** **表** front 表面、正面 mặt trước	**このお金(かね)は、人(ひと)の顔(かお)がある方(ほう)が表(おもて)です。** With this money, the side with the face on it is the front. 这张纸币有人脸的一面是正面。 Tiền này mặt có hình mặt người là mặt trước. ⇔裏(うら)　☀表側(おもてがわ)
□ 0556 **うら** **裏** back 背面 mặt sau	**封筒(ふうとう)の裏(うら)に、自分(じぶん)の名前(なまえ)と住所(じゅうしょ)を書(か)きました。** I wrote my name and address on the back of the envelope. 在信封背面写上了自己的名字和住址。 Tôi viết tên và địa chỉ của mình lên mặt sau phong bì. ⇔表(おもて)　☀裏側(うらがわ)

名詞(めいし)　自然(しぜん)

Nouns – Nature
名词 – 自然
Danh từ – Thiên nhiên

□ 0557 **ひ②** **日** sun 太阳 Mặt trời	**日(ひ)が出(で)るまえに出発(しゅっぱつ)して、山(やま)に登(のぼ)りました。** Before the sun came up, I left and went climbing. 在太阳升起前出发爬上了山。 Tôi xuất phát trước khi Mặt trời mọc để đi leo núi.
□ 0558 **つき** **月** moon 月亮 Mặt trăng	**今日(きょう)は雲(くも)がないので、月(つき)がよく見(み)えます。** There are no clouds today, and you can really see the moon. 今天没有云，所以能清晰地看到月亮。 Hôm nay không mây nên thấy trăng rõ.
□ 0559 **ほし** **星** star 星星 sao	**冬(ふゆ)は星(ほし)がきれいです。** The stars are beautiful in winter. 冬天的星星很美。 Vào mùa đông, sao rất đẹp.
□ 0560 **くも** **雲** cloud 云 mây	**少(すこ)しずつ雲(くも)がなくなって、晴(は)れてきました。** The clouds gradually disappeared, and it became clear. 云渐渐消散，天气放晴了。 Mây dần tan, trời hửng nắng.

□ 0561 **くもり** **曇り** cloudy 多云 trời mây mù	**天気予報によると、明日は曇りだそうです。** According to the weather forecast, it will be cloudy tomorrow. 天气预报说明天是多云。 Theo dự báo thời tiết, ngày mai trời mây mù. ⇔晴れ　⇔雨
□ 0562 **くうき** **空気** air 空气 không khí	**窓を開けて、外の空気を入れましょう。** Let's open a window and let in some outside air. 把窗户打开让外面的空气进来吧。 Mở cửa sổ cho không khí bên ngoài vào nào.
□ 0563 **きせつ** **季節** season 季节 mùa	**日本には、春、夏、秋、冬の季節があります。** Japan has four seasons: spring, summer, fall and winter. 日本有春、夏、秋、冬四季。 Nhật Bản có mùa Xuân, Hạ, Thu, Đông.
□ 0564 **つゆ** **梅雨** rainy season 梅雨 mùa mưa	**日本の梅雨は、だいたい１か月ぐらい続きます。** The Japanese rainy season lasts for about a month. 日本的梅雨大约会持续一个月。 Mùa mưa ở Nhật thường kéo dài khoảng 1 tháng.
□ 0565 **しま** **島** island 岛 đảo	**あの島へ行くのに、船で６時間かかります。** Going to that island takes about six hours by boat. 坐船去那座岛要花６个小时。 Để đến hòn đảo đó phải mất 6 tiếng đi tàu thủy. ☀～島（例：屋久島）
□ 0566 **かいがん** **海岸** seashore 海岸 bờ biển, bãi biển	**友達と話しながら海岸を散歩しました。** I walked along the seashore while talking with a friend. 我和朋友一边聊天一边沿着海岸散了步。 Tôi vừa đi dạo bờ biển vừa nói chuyện với bạn. ☀～海岸（例：三浦海岸）
□ 0567 **みずうみ** **湖** lake 湖 hồ	**富士山の近くに大きい湖が５つあります。** There are five big lakes near to Mt. Fuji. 富士山附近有５个大湖。 Có 5 hồ lớn gần núi Phú Sĩ.
□ 0568 **もり** **森** forest 森林 rừng rậm	**森には、いろんな動物が住んでいます。** Various animals live in the forest. 森林里住着各种各样的动物。 Trong rừng rậm có nhiều loài động vật sinh sống.

0569
はやし
林
woods
树林
rừng

林の中に入ると、夏でも少し涼しいです。
When you enter the woods, it's a little cooler even in the summer.
如果到树林里去，即使是夏天也会感到些许凉爽。
Hễ vào rừng thì dù đang mùa hè vẫn mát một chút.

0570
えだ
枝
branch
树枝
cành

木の枝が長くなり過ぎたので、切りました。
The branches of the tree got too long, so I cut them.
树枝长得太长了，所以我把它们剪掉了。
Cành cây dài quá nên tôi đã chặt đi.

0571
は／はっぱ
葉／葉っぱ
leaf
叶子
lá

秋になると、この木は葉が赤くなります。
In the fall, the leaves of this tree turn red.
一到秋天，这棵树的叶子就会变红。
Đến mùa thu là lá của cây này lại chuyển sang màu đỏ.

0572
くさ
草
grass
草
cỏ

草の上に座って、お弁当を食べました。
I sat on the grass and ate my lunch box.
我坐在草地上吃了便当。
Tôi đã ngồi lên cỏ, ăn cơm hộp.

0573
いし
石
stone
石
đá

この道は石がたくさんあって、歩きにくいです。
There are a lot of stones on this path, so it's difficult to walk.
这条路上有许多石子，很难走。
Đường này nhiều đá nên khó đi.

0574
すな
砂
sand
沙子
cát

この海岸の砂は、白くてきれいです。
The sand on this beach is white and beautiful.
这片海岸的沙子又白又漂亮。
Cát ở bãi biển này trắng, đẹp.

0575
ことり
小鳥
small bird
小鸟
chim nhỏ

木の上に小鳥がたくさんいます。
There are many small birds on the tree.
树上有许多小鸟。
Trên cây có nhiều con chim nhỏ.

0576
むし
虫
insect
虫子
côn trùng

山で珍しい虫を捕まえました。
I caught a rare insect in the mountains.
我在山里抓到了稀奇的虫子。
Tôi bắt được côn trùng hiếm trên núi.

わたしの<ruby>単語<rt>たんご</rt></ruby>

On this page, let's write down vocabulary items taken from daily life.
请在这一页写下日常生活中发现的单词吧。
Hãy viết vào trang này những từ vựng tìm thấy trong sinh hoạt.

□	
□	
□	
□	
□	
□	
□	

読んでみよう４

日本(にほん)のことを、どのくらい知(し)っていますか

正(ただ)しかったら〇(まる)、正(ただ)しくなかったら×(ばつ)を書(か)いてください。

1．（　　）日本(にほん)には４(よっ)つの**季節(きせつ)**があります。

2．（　　）富士山(ふじさん)の**高(たか)さ**は３，７７６ｍ(さんぜんななひゃくななじゅうろくメートル)です。

3．（　　）日本(にほん)には、富士山(ふじさん)**以外(いがい)**にも、**高(たか)さ**が３，０００ｍ(さんぜんメートル)**以上(いじょう)**の山(やま)があります。

4．（　　）日本(にほん)は**島(しま)**の国(くに)ですから、**海岸(かいがん)**がない県(けん)はありません。

5．（　　）日本(にほん)には、**砂(すな)**で有名(ゆうめい)な**海岸(かいがん)**があります。その**海岸(かいがん)**の**砂(すな)**は、歩(ある)くといい**音(おと)**がします。

6．（　　）新幹線(しんかんせん)は、**席(せき)**を**予約(よやく)**しないと乗(の)れません。

7．（　　）バスの運転手(うんてんしゅ)は、バスの**右側(みぎがわ)**に座(すわ)って運転(うんてん)します。

8．（　　）日本(にほん)では、手紙(てがみ)を出(だ)すとき、自分(じぶん)の名前(なまえ)と**住所(じゅうしょ)**は、封筒(ふうとう)の**表(おもて)**に書(か)きます。

9．（　　）日本(にほん)の**普通(ふつう)**のはがきは、**縦(たて)**と**横(よこ)**の**長(なが)さ**が同(おな)じです。

10．（　　）日本(にほん)の野菜(やさい)には、最初(さいしょ)は**西洋(せいよう)**で作(つく)られていた野菜(やさい)があります。

答(こた)え　１〇(まる)　２〇(まる)　３〇(まる)　４×(ばつ)　５〇(まる)　６×(ばつ)　７〇(まる)　８×(ばつ)　９×(ばつ)　10〇(まる)

4．**海岸(かいがん)**がない県(けん)が８(やっ)つあります。

5．島根県(しまねけん)* にある**海岸(かいがん)**の**砂(すな)**は、歩(ある)くといい**音(おと)**がします。

6．**予約(よやく)**しなくても乗(の)ることができる**席(せき)**があります。

8．日本(にほん)では、封筒(ふうとう)の**裏(うら)**に自分(じぶん)の名前(なまえ)と**住所(じゅうしょ)**を書(か)きます。

9．**普通(ふつう)**のはがきは、**縦(たて)**が１４８mm(ひゃくよんじゅうはちミリメートル)、**横(よこ)**が１００mm(ひゃくミリメートル)です。

10．例(たと)えばキャベツ* は**西洋(せいよう)**の野菜(やさい)です。

* 島根県(しまねけん)　Name of a prefecture in Japan　日本县名　tên một tỉnh của Nhật

キャベツ　cabbage　卷心菜　bắp cải

How much do you know about Japan?

Write ○ if correct, and × if incorrect.

1. ( ) Japan has four seasons.
2. ( ) The height of Mt. Fuji is 3,776 meters.
3. ( ) In Japan, apart from Mt. Fuji, there are other mountains over the height of 3,000 meters.
4. ( ) Japan is an island country, so there are no prefectures without a coastline.
5. ( ) Japan has a beach famous for its sand. The sand on the beach makes a nice sound when you walk on it.
6. ( ) You cannot get on the bullet train unless you reserve a seat.
7. ( ) Bus drivers sit on the right side of the bus and drive.
8. ( ) In Japan, when you send a letter, you write your name and address on the front of the envelope.
9. ( ) Ordinary postcards in Japan have the same length and width.
10. ( ) Some Japanese vegetables were originally grown in the West.

Answers: 1○ 2○ 3○ 4× 5○ 6× 7○ 8× 9× 10○

4. There are eight prefectures without a coastline.
5. The sand on a beach in Shimane Prefecture makes a nice sound when you walk on it.
6. There are seats you can use even without making a reservation.
8. In Japan, people write their name and address on the back of the envelope.
9. Ordinary postcards are 148 mm in length and 100 mm in width.
10. For example, cabbage is a Western vegetable.

你对日本有多少了解

请判断，对的画○，错的画×。

1. （ ）日本有四个季节。
2. （ ）富士山的高度为 3,776m。
3. （ ）日本除了富士山，还有高度 3,000m 以上的山。
4. （ ）因为日本是一个岛国，所以每个县都有海岸。
5. （ ）日本有一处海岸因其沙子而闻名。在那片沙滩上走路会发出很好听的声音。
6. （ ）如果不提前预订座位，就无法乘坐新干线。
7. （ ）公交车司机驾驶时坐在车厢右边。
8. （ ）在日本寄信时，要将自己的姓名与住址写在信封的正面。
9. （ ）日本常见的明信片长宽一样长。
10. （ ）一些日本蔬菜最开始是在西方种植的。

答案 1○ 2○ 3○ 4× 5○ 6× 7○ 8× 9× 10○

4. 有 8 个县没有海岸。
5. 位于岛根县的一片沙滩走起来有很好听的声音。
6. 部分座位不用预约即可乘坐。
8. 在日本，需要在信封背面写上自己的姓名与住址。
9. 常见的明信片长 148mm，宽 100mm。
10. 例如，卷心菜是西方的蔬菜。

Bạn biết Nhật Bản đến mức nào?

Hãy điền ○ vào câu đúng và × vào câu sai.

1. ( ) Nhật Bản có 4 mùa.
2. ( ) Độ cao của núi Phú Sĩ là 3,776m.
3. ( ) Ở Nhật, ngoài núi Phú Sĩ còn có núi khác có độ cao trên 3,000m.
4. ( ) Nhật Bản là đảo quốc nên không có tỉnh nào không có bờ biển.
5. ( ) Ở Nhật có bãi biển nổi tiếng về cát. Cát ở bãi biển này sẽ phát ra tiếng động hay khi ta bước trên nó.
6. ( ) Tàu siêu tốc phải đặt chỗ trước mới được lên.
7. ( ) Tài xế xe buýt ngồi bên phải xe để lái.
8. ( ) Ở Nhật, khi gửi thư, người ta sẽ ghi tên và địa chỉ của mình ở mặt trước phong bì.
9. ( ) Bưu thiếp thông thường của Nhật có độ dài bề dọc và bề ngang bằng nhau.
10. ( ) Trong các loại rau củ của Nhật, có loại được trồng ban đầu ở phương Tây.

Đáp án 1○ 2○ 3○ 4× 5○ 6× 7○ 8× 9× 10○

4. Có 8 tỉnh không có bờ biển.
5. Cát của bãi biển ở tỉnh Shimane phát ra tiếng động hay khi ta bước đi trên nó.
6. Có loại chỗ ngồi không cần đặt trước.
8. Ở Nhật, người ta ghi tên và địa chỉ của mình lên mặt sau phong bì.
9. Bưu thiếp thông thường có bề dọc là 148mm và bề ngang là 100mm.
10. Ví dụ như bắp cải là rau của phương Tây.

雪ん子

昔、寒い北の国に、おじいさんとおばあさんがいました。二人には子供がいなかったので、「子供が欲しいねえ」と話していました。すると、二人の**夢**の中に神様*が出てきて、「子供が欲しいなら、雪で人形を作りなさい」と言いました。

次の朝、おじいさんとおばあさんは、起きるとすぐに雪で女の子の**形**をした人形を作りました。目が大きな、とてもかわいい人形でした。

「かわいいねえ」

「本当に、この人形が娘だといいねえ」

と言いながら見ていると、人形は消えて、かわいい女の子が出てきました。そして女の子は、「お父さん、お母さん」と言ったのです。二人は大変喜んで、「雪ん子」という名前を付けました。

雪ん子は、ご飯の**用意**を手伝ったりする優しい子でしたが、暖かいのが嫌いでした。夜は空の**月**や**星**を見ていますが、**日**が出ると、家の中に入ってしまいます。家の中では**火**の**周り**にいるのを嫌がって、いつも、部屋の**隅**の寒い所にいます。ご飯も冷たいご飯しか食べません。おじいさんたちが**訳**を聞いても、**遠く**の**方**を見て笑うだけでした。

ある日*、**近所**の子供たちが来て、「一緒に遊ぼう」と言いました。そして、嫌がる雪ん子を強い**力**で引っ張って*、**火**のそばへ連れて行きました。雪ん子は「やめて」と言いながら泣いていましたが、だんだん消えて、そこには水だけが残っていました。

* 神様　god　神灵　vị thần
ある日　one day　某一天　một ngày nọ
引っ張る　pull　拽、扯。　kéo

Snow Child

Once upon a time, in the cold north of the country, there was an old man and old woman. The couple didn't have children, so were always saying, "I wish we had a child." Then, God appeared in the couple's dreams and said, "If you want a child, make a doll out of snow."

The next morning, as soon as they woke up, the old man and woman made a girl-shaped doll out of snow. It was a very pretty doll with big eyes.

While they were looking and saying, "She's pretty, isn't she?" and "If only we could have a daughter like this doll," the doll disappeared and a pretty girl appeared in its place. Then the girl said, "Father, mother." The couple were so happy and named her "Snow Child."

Snow Child was a kind child who helped prepare the food, but she didn't like being warm. At night, she looked at the moon and stars in the sky, but when the sun came out, she would go inside the house. She hated being around the fire in the house and was always in the cold corner of the room. She also would only eat cold food. When the old man asked her the reason, she just looked far away and laughed.

One day, local children came and said, "Play with us." Then they strongly pulled unwilling Snow Child and brought her near to the fire. "Stop it," Snow Child said, crying, but gradually she disappeared until all that was left there was water.

雪童子

很久以前，在寒冷的北国住着一位老爷爷和一位老奶奶。老爷爷和老奶奶没有子女，所以两人时常会感叹："真希望能有个孩子呀。"有一天，神灵降临到两人的梦中，并说道："如果想要孩子的话，就用雪做一个人偶吧。"

第二天早晨，老爷爷和老奶奶一起床，就用雪做了一个有着女孩模样的人偶。人偶有着大大的眼睛，十分可爱。

"真可爱呢！"

"要是这个人偶真是我们的女儿就好了啊！"

两人一边说着，一边看着人偶，这时，人偶消失了，出现了一个可爱的女孩。女孩开口叫道："爸爸，妈妈。"老爷爷和老奶奶非常高兴，为女孩取名"雪童子"。

雪童子有时会帮家里一起做饭，是个非常温柔善良的孩子，只不过，她很怕热。夜晚，她会抬头看星星、赏月亮，但太阳一出来，她就会躲进家中。在家里，她也很讨厌呆在火边，总是躲在冰冷的房间角落，就连饭也只吃凉的。老爷爷和老奶奶问过雪童子为什么，她也只是望着远方，浅浅笑着。

有一天，附近的孩子们来找雪童子一起玩耍，用力将不情愿的雪童子拽到了火边。雪童子哭着大喊"住手"，但最后还是慢慢消失了，原地只剩下了一汪清水。

Bé Tuyết

Ngày xửa ngày xưa, ở đất nước lạnh lẽo phía Bắc, có một ông lão và một bà lão. Hai người không có con nên thường nói rằng: "Mong có được một đứa con quá". Thế rồi, một vị thần hiện ra trong giấc mơ của hai người và bảo: "Nếu muốn có con thì hãy lấy tuyết làm một con búp bê".

Sáng hôm sau, khi vừa thức dậy, hai ông bà đã lấy tuyết nặn thành búp bê có hình dạng như một bé gái. Đó là một con búp bê mắt to, rất đáng yêu.

"Dễ thương ghê!"

"Phải chi con búp bê này là con gái thật của mình thì hay biết mấy nhỉ?"

Hai ông bà vừa ngắm vừa nói như vậy thì búp bê bỗng biến mất và một bé gái xinh xắn hiện ra. Rồi bé cất tiếng gọi: "Cha ơi, mẹ ơi". Hai người vui mừng khôn xiết, đặt tên bé là "Bé Tuyết".

Bé Tuyết tuy là một đứa bé ngoan ngoãn, hay đỡ đần việc cơm nước nhưng lại ghét hơi ấm. Đêm xuống, cô bé hay ngắm Mặt trăng và sao trên trời nhưng khi Mặt trời mọc lên là lại vào nhà ngay. Trong nhà, cô bé ghét ở gần lửa và lúc nào cũng ở nơi lạnh lẽo trong góc phòng. Đến bữa cũng chỉ ăn cơm nguội lạnh. Mặc ông bà ra sức gặng hỏi nguyên cớ, cô bé chỉ nhìn về phương xa mà cười.

Một ngày nọ, bọn trẻ hàng xóm sang rủ: "Chơi với tụi mình nào!". Thế rồi, chúng dùng sức mạnh kéo Bé Tuyết đến gần ngọn lửa dù cô bé không muốn. Bé Tuyết vừa khóc vừa nói: "Dừng lại đi!" nhưng rồi dần dần tan biến, chỉ để lại một vũng nước ngay chỗ vừa đứng.

動詞1（どうし）

Verbs 1
动词 1
Động từ 1

0577 あげる give 给 cho, tặng	友達（ともだち）に東京（とうきょう）のお土産（みやげ）をあげました。 I gave my friend a souvenir from Tokyo. 我送了朋友东京的特产。 Tôi đã tặng bạn quà lưu niệm Tokyo.
0578 あげる 上げる raise 举起 giơ lên, nâng lên	子供（こども）たちは、手（て）を上（あ）げて交差点（こうさてん）を渡（わた）りました。 The chidren raised their hands and crossed the intersection. 孩子们举起手，穿过了路口。 Bọn trẻ giơ tay lên để băng qua ngã tư. 自 上（あ）がる ⇔下（さ）げる
0579 あがる 上がる increase, rise 上升 tăng	最近（さいきん）、野菜（やさい）の値段（ねだん）が上（あ）がっています。 Recently the price of vegetables has increased. 最近蔬菜价格有所上涨。 Gần đây, giá rau quả đang tăng. 他 上（あ）げる ⇔下（さ）がる
0580 さげる 下げる lower 降低 hạ xuống	すみません。暖房（だんぼう）の温度（おんど）を下（さ）げてください。 Excuse me. Please lower the temperature setting of the heater. 不好意思，请把暖气温度调低点。 Làm phiền anh hạ nhiệt độ máy sưởi xuống giúp ạ. 自 下（さ）がる ⇔上（あ）げる
0581 さがる 下がる reduce 下降 giảm	ガソリンの値段（ねだん）が先月（せんげつ）より下（さ）がりました。 Compared to last month, gasoline prices have reduced. 油价比起上个月有所下调。 Giá xăng đã giảm so với tháng trước. 他 下（さ）げる ⇔上（あ）がる
0582 ある have 来 có	学校（がっこう）から「明日（あす）は休（やす）みです」と連絡（れんらく）がありました。 The school contacted me and said, "There are no classes." 学校来了通知说"明天放假"。 Đã có liên lạc từ trường báo rằng "Ngày mai được nghỉ".
0583 いそぐ 急ぐ hurry 快、赶紧 gấp lên, mau lên	急行（きゅうこう）の電車（でんしゃ）が出（で）るまで１０分（じゅっぷん）しかない。急（いそ）ごう。 It's only 10 minutes before the express train departs. Let's hurry. 距快车发车只有10分钟了，快点儿。 Còn 10 phút nữa thôi là chuyến tàu nhanh sẽ khởi hành. Mau lên nào!

0584

いる
要る
need
需要
cần

このドアは重(おも)くて、開(あ)けるのに力(ちから)が要(い)ります。
This door is heavy and you need some force to open it.
这扇门很重，需要用力才能打开。
Cánh cửa này nặng nên cần sức lực để mở.

0585

うつす
写す
take (a picture) / copy
拍摄；抄写
chụp (ảnh) / sao chép

この写真(しゃしん)は、京都(きょうと)で写(うつ)しました。
I took this photo in Kyoto.
这张照片是在京都拍的。
Bức ảnh này được chụp ở Kyoto.

本(ほん)の中(なか)の好(す)きな言葉(ことば)や文(ぶん)は、ノートに写(うつ)します。
I copy my favorite words and sentences in the book into my notebook.
把喜欢的书中词句摘抄到笔记本上。
Tôi chép lại vào tập những câu văn hoặc từ ngữ trong sách mà mình thích.

0586

えらぶ
選ぶ
choose
挑选
chọn

箱(はこ)の中(なか)から好(す)きなお菓子(かし)を１つ選(えら)んでください。
Please choose a sweet you like from the box.
请从箱子里挑一个你喜欢的零食。
Hãy chọn một cái bánh mình thích trong hộp đi!

0587

おくる
送る
send / drive
发送；送行
gửi / đưa đi

先生(せんせい)にメールでレポートを送(おく)りました。
I sent my report to my teacher by email.
我通过邮件向老师发送了报告。
Tôi đã gửi bài báo cáo qua email cho giáo viên.

父(ちち)を病院(びょういん)まで車(くるま)で送(おく)りました。
I drove my father to the hospital.
我开车将爸爸送到了医院。
Tôi lấy xe đưa cha đến bệnh viện.

0588

おくれる
遅れる
be late / be delayed
迟到；延误
muộn / chậm trễ

なかなかバスが来(こ)なくて、授業(じゅぎょう)に遅(おく)れました。
The bus did not readily come and I was late for class.
公交车怎么等也不来，上课迟到了。
Mãi mà xe buýt không đến nên tôi đã bị muộn giờ học.

たくさん雪(ゆき)が降(ふ)って、飛行機(ひこうき)が遅(おく)れました。
As it snowed a lot, the plane was delayed.
下了很大的雪，飞机延误了。
Tuyết rơi nhiều nên máy bay bị chậm trễ.

0589

おこす①
起こす
wake up
叫醒
đánh thức

お母(かあ)さん、あしたは６時(ろくじ)に起(お)こして。
Mum, wake me up at six tomorrow.
妈妈，明天6点叫我起床。
Mẹ ơi, mai gọi con dậy lúc 6 giờ nha.

自 起(お)きる

☐ 0590

おす
押す
press, push
按下、压
nhấn, đẩy

このボタンを押(お)すと、機械(きかい)が動(うご)きます。
Press this button, and the machine will start operating.
按下这个按钮，机器就会运作。
Nhấn nút này là máy sẽ chạy.

⇔引(ひ)く

☐ 0591

おとす
落とす
drop / lose
使掉下；丢失
đánh rơi / làm mất

カメラを落(お)として、壊(こわ)してしまいました。
I dropped my camera and broke it.
我不小心摔坏了照相机。
Tôi lỡ tay đánh rơi, làm hư máy ảnh

自 落(お)ちる

財布(さいふ)がない。どこで落(お)としたのかな。
I don't have my wallet. I wonder where I lost it.
钱包不见了。不知丢哪儿去了。
Không có ví. Hay là mình làm mất chỗ nào rồi.

☐ 0592

おちる
落ちる
drop / fail
掉落；落榜
rơi xuống / thi trượt

机(つくえ)の下(した)に、消(け)しゴムが落(お)ちていますよ。
An eraser has been dropped under the desk.
你的橡皮掉到桌子底下了哦。
Cục tẩy rơi xuống dưới bàn học kìa.

他 落(お)とす

一生懸命勉強(いっしょうけんめいべんきょう)しましたが、試験(しけん)に落(お)ちました。
Though I studied hard, I failed the exam.
虽然我拼命地学习了，但还是没考上。
Tôi đã cố gắng học hết mức nhưng vẫn thi trượt.

☐ 0593

おどる
踊る
dance
跳舞
nhảy múa

村(むら)のお祭(まつ)りで、みんなと一緒(いっしょ)に踊(おど)りました。
I danced together with everyone at the village festival.
在村里的庙会上，我和大家一起跳了舞。
Tôi đã cùng mọi người nhảy múa trong lễ hội của làng.

☐ 0594

おどろく
驚く
be surprised
惊吓
giật mình

大(おお)きな音(おと)に驚(おどろ)いて、赤(あか)ちゃんが泣(な)きだしました。
The baby was surprised by the loud noise and began to cry.
小宝宝被一声巨响吓到，哭了起来。
Giật mình vì tiếng động lớn, em bé khóc toáng lên.

☐ 0595

おもう
思う
think
认为、觉得
nghĩ

この試合(しあい)、どちらが勝(か)つと思(おも)いますか。
Who do you think will win this game?
你觉得这场比赛谁会赢？
Bạn nghĩ ai sẽ thắng trong trận đấu này?

0596 **おる** **折る** fold / break 折叠；折断 gấp / bẻ	**紙を折って、飛行機を作りました。** I folded the paper and made a plane. 用纸叠了一架飞机。 Tôi gấp giấy làm máy bay. **公園の木の枝を折らないでください。** Do not break the tree branches in the park. 请不要折断公园树枝。 Đừng bẻ cành cây trong công viên! 自 折れる
0597 **おれる** **折れる** be broken 折断 bị gãy	**強い風で庭の木の枝が折れました。** Because of the strong wind, the branches of the tree in the garden were broken. 一阵强风吹断了院子里的树枝。 Cành cây trong vườn bị gãy do gió mạnh. 他 折る
0598 **かえる** **変える** change 改变 thay đổi	**スマホの字の大きさを変えるには、どうしますか。** How do you change the size of the characters on your smartphone? 怎样才能改变手机字体的大小呢? Làm sao để đổi cỡ chữ trong điện thoại thông minh ạ? 自 変わる
0599 **かわる** **変わる** change 发生改变 đổi khác	**来年から、大学の入学試験のやり方が変わります。** From next year, how to do the university entrance examination will change. 从明年起，高考方式将发生改变。 Từ năm tới cách thi tuyển sinh đại học sẽ đổi khác. 他 変える
0600 **かける①** **掛ける** hang 挂上 treo	**新しいカレンダーを壁に掛けました。** I hung a new calendar on the wall. 我把新的日历挂到墙上了。 Tôi đã treo lịch mới lên tường.
0601 **かつ** **勝つ** win 赢 thắng	**昨日のサッカーの試合は、日本が勝ちました。** Japan won yesterday's soccer match. 昨天的足球比赛日本赢了。 Đội Nhật Bản đã thắng trong trận bóng đá hôm qua. ⇔負ける
0602 **まける** **負ける** lose 输 thua	**友達とゲームをして、負けてしまいました。** I played a game with my friend and lost. 我和朋友玩了个游戏，输了。 Tôi chơi trò chơi điện tử với bạn và đã thua. ⇔勝つ

□ 0603 **かぶる** put on 戴上 đội	暑(あつ)かったので、帽子(ぼうし)をかぶって出掛(でか)けました。 It was hot, so I put on a hat and went out. 因为很热，我戴上帽子出门了。 Vì trời nắng nóng nên tôi đã đội nón ra ngoài.
□ 0604 **かわく** **渇く** be thirsty 口渴 khô	カラオケでたくさん歌(うた)ったので、喉(のど)が渇(かわ)きました。 I sang a lot at karaoke, so I am thirsty. 在卡拉OK厅唱了很久的歌，口干舌燥的。 Tôi hát karaoke nhiều nên bị khô cổ.
□ 0605 **がんばる** **頑張る** try hard 努力、加油 cố gắng	次(つぎ)の試合(しあい)は勝(か)てるように、みんなで頑張(がんば)ろう。 Let's all do our best so that we can win the next game. 让我们一起加油打赢下一场比赛。 Chúng ta cùng cố gắng để thắng trận đấu tới nào.
□ 0606 **きこえる** **聞こえる** be heard 听得见 nghe được	朝(あさ)、窓(まど)の外(そと)から鳥(とり)の声(こえ)が聞(き)こえます。 In the morning, bird song can be heard from outside the window. 清晨，窗外传来小鸟的啼叫声。 Buổi sáng, tôi nghe được tiếng chim từ ngoài cửa sổ.
□ 0607 **みえる** **見える** be seen 看得见 thấy được	会社(かいしゃ)の窓(まど)から富士山(ふじさん)が見(み)えます。 Mt. Fuji can be seen from a window at my company. 从我公司的窗户可以看到富士山。 Tôi thấy được núi Phú Sĩ từ cửa sổ công ty.
□ 0608 **きめる** **決める** decide 决定 quyết định	市(し)は、新(あたら)しい美術館(びじゅつかん)を建(た)てることを決(き)めました。 The city has decided to build a new art gallery. 该市决定新建一座美术馆。 Thành phố đã quyết định xây bảo tàng mỹ thuật mới. 自 決(き)まる
□ 0609 **きまる** **決まる** be decided 决定 được ấn định	卒業式(そつぎょうしき)は３月１９日(さんがつじゅうくにち)に決(き)まりました。 It's been decided that the graduation ceremony will be on 19 March. 毕业典礼定于3月19日。 Lễ tốt nghiệp đã được ấn định vào ngày 19 tháng 3. 他 決(き)める
□ 0610 **きをつける** **気を付ける** be careful 小心 lưu ý, cẩn thận	道(みち)が狭(せま)いから、気(き)を付(つ)けて運転(うんてん)してね。 The road is very narrow so drive carefully. 道路很窄，开车小心哦。 Đường hẹp nên lái xe cẩn thận nhé!

□ 0611

くれる

give (me)

给(我)

(người khác) cho, tặng (mình)

これは先輩(せんぱい)がくれたギターです。

This is the guitar that my senior gave me.

这是前辈给我的吉他。

Đây là cây đàn ghi-ta tiền bối đã tặng tôi.

□ 0612

こむ

混む

be crowded

拥挤

đông

バーゲンセールで、店(みせ)の中(なか)は客(きゃく)で混(こ)んでいます。

Because of the bargain sale, the shop is crowded with customers.

由于大甩卖，店内挤满了顾客。

Trong đợt đại hạ giá, cửa hàng rất đông khách.

⇔すく

□ 0613

こわす

壊す

break

弄坏

phá hủy

古(ふる)いアパートを壊(こわ)して、マンションを建(た)てます。

They will demolish the old apartment building and build a condominium.

拆除破旧的住宅楼，然后建高级公寓。

Người ta sẽ phá chung cư nhỏ, xây chung cư cao tầng.

自 壊(こわ)れる

□ 0614

こわれる

壊れる

be broken

坏

bị hư hỏng

強(つよ)い風(かぜ)で傘(かさ)が壊(こわ)れました。

My umbrella was broken by the strong wind.

一阵大风吹坏了雨伞。

Cây dù bị hư vì gió mạnh.

他 壊(こわ)す

□ 0615

さがす

探す／捜す

look for

寻找

tìm

大学(だいがく)に近(ちか)い所(ところ)でアパートを探(さが)しています。

I'm looking for an apartment near the university.

我正在大学附近找公寓。

Tôi đang tìm một căn hộ ở gần trường đại học.

□ 0616

(かさを) さす

(傘を) 差す

put up (an umbrella)

撑(伞)

giương (dù)

傘(かさ)を差(さ)して自転車(じてんしゃ)に乗(の)ってはいけません。

You mustn't ride a bike while holding an umbrella.

不要打着伞骑自行车。

Không được vừa giương dù vừa chạy xe đạp.

□ 0617

しかる

叱る

scold

斥责

la mắng

弟(おとうと)とけんかして、母(はは)に叱(しか)られました。

I quarreled with my younger brother and was scolded by my mother.

我和弟弟吵架被妈妈骂了。

Tôi cãi nhau với em trai nên bị mẹ mắng.

□ 0618

しらべる

調べる

check, look up

调查

tra cứu

スマホで場所(ばしょ)を調(しら)べてから、お店(みせ)に行(い)きました。

After checking the location on my smartphone, I went to the store.

用手机查了位置后，我去了店里。

Tôi tra địa điểm bằng điện thoại rồi mới đến cửa hàng.

0619
(おなかが) すく
become hungry
(肚子) 饿
đói (bụng)

朝(あさ)ご飯(はん)を食(た)べないと、授業中(じゅぎょうちゅう)におなかがすきます。
If you don't eat breakfast, you'll get hungry in class.
如果不吃早饭，上课时肚子会饿的。
Nếu không ăn sáng thì sẽ đói bụng trong giờ học.

0620
すてる
捨てる
throw away
扔掉
vứt

道(みち)に、ごみを捨(す)てないでください。
Please don't throw away rubbish in the street.
请不要往马路上扔垃圾。
Đừng vứt rác ra đường.

0621
たおれる
倒れる
fall
倒
đổ xuống

地震(じしん)で本棚(ほんだな)が倒(たお)れました。
Because of the earthquake, the bookcase fell over.
地震把书架震倒了。
Kệ sách bị đổ xuống vì động đất.

0622
たてる
建てる
build
建造
xây

海(うみ)の近(ちか)くに家(いえ)を建(た)てたいです。
I want to build a house near the sea.
我想在海边建一座房子。
Tôi muốn xây nhà gần biển.

0623
つく
turn on
亮起
(đèn) sáng

暗(くら)くなって、公園(こうえん)の電灯(でんとう)がつきました。
It got dark and the park lights turned on.
天色渐暗，公园的路灯开了。
Trời tối đi, đèn trong công viên sáng lên.

他 つける

0624
つとめる
勤める
work
工作、任职
làm việc

母(はは)は旅行会社(りょこうがいしゃ)に勤(つと)めています。
My mother works at a travel agency.
我的母亲在一家旅游公司任职。
Mẹ tôi làm ở công ty du lịch.

0625
つる
釣る
fish
钓
câu (cá)

川(かわ)で大(おお)きい魚(さかな)を釣(つ)りました。
I caught a big fish in the river.
从河里钓到了一条大鱼。
Tôi câu được con cá to ở sông.

✻釣(つ)り

0626
つれていく
連れて行く
take
带……去
đưa đi

日曜日(にちようび)に子供(こども)を動物園(どうぶつえん)に連(つ)れて行(い)きました。
On Sunday I took the children to the zoo.
周日，我带孩子去动物园了。
Vào Chủ nhật, tôi đã đưa con đi sở thú.

0627
つれてくる
連れて来る
bring
带……来
đưa đến

友達がパーティーに彼女を連れて来ました。
A friend brought his girlfriend to the party.
朋友把他的女友带到了派对上来。
Bạn tôi đã đưa bạn gái đến buổi tiệc.

0628
できる
be completed
完成
xong

家の近くに、また新しいコンビニができました。
They've completed another new convenience store near my house.
我家附近又新开了一家便利店。
Lại có một cửa hàng tiện lợi mới được xây xong gần nhà tôi.

0629
てつだう
手伝う
help
帮忙
giúp đỡ

忙しそうですね。何か手伝いましょうか。
You look busy. Can I help you with something?
你看起来很忙，我来帮帮你吧。
Bạn có vẻ bận nhỉ. Tôi giúp gì được không?

0630
とおる
通る
pass
通过
qua lại

この道は、朝は多くの車が通ります。
Many cars pass along this road in the morning.
这条路早上会有很多车经过。
Con đường này buổi sáng có nhiều xe cộ qua lại.

0631
とどける
届ける
notify
申报、报告
trình báo

泥棒に入られたので、交番に届けました。
As my place was broken into, I notified the police box.
家里进了小偷，我向派出所报了案。
Bị ăn trộm nên tôi ra đồn cảnh sát trình báo.

0632
とまる
泊まる
stay
投宿
nghỉ lại

東京に来ると、いつもこのホテルに泊まります。
When I come to Tokyo, I always stay in this hotel.
每次来东京我都住这家酒店。
Lần nào đến Tokyo tôi cũng nghỉ lại khách sạn này.

0633
とめる
止める
stop, turn off
停、关
tắt, dừng

手を洗ったら、水道の水をしっかり止めてね。
After washing your hands, be sure to firmly turn off the water.
洗完手，记得把水龙头关紧哦。
Rửa tay xong thì nhớ tắt vòi nước nha.
自 止まる

0634
とりかえる
取り替える
exchange
更换、交换
đổi lại

セールの品物は、取り替えることができません。
Items on sale cannot be exchanged.
打折的商品无法换货。
Hàng bán hạ giá không được đổi.

0635

なおす
直す

correct, fix
修改、修理
sửa

先生に作文を直してもらいました。
I had my teacher correct my composition.
我请老师帮我修改了作文。
Tôi được giáo viên sửa bài làm văn.

自 直る

0636

なおる
直る

be fixed, be corrected
修好、改正
được sửa

壊れた時計は、店に頼んでも直りませんでした。
I asked at the shop but they couldn't fix my broken watch.
虽然拜托商店修理了，但还是没修好坏掉的钟表。
Tôi đã nhờ tiệm sửa cái đồng hồ bị hư nhưng vẫn không sửa được.

他 直す

0637

なおる
治る

be cured, be healed
痊愈
khỏi

足のけがは１週間で治りました。
My leg injury healed in a week.
我脚上的伤一周后痊愈了。
Vết thương ở chân đã khỏi sau 1 tuần.

0638

なく
泣く

cry
哭泣
khóc

悲しい話を読んで、泣きました。
I read a sad story and cried.
读完悲伤的故事，我哭了。
Tôi đọc truyện buồn nên khóc.

0639

なくす

lose
弄丢
làm mất

どこかで自転車の鍵をなくしてしまいました。
I've lost my bicycle key somewhere.
不知在哪弄丢了自行车的钥匙。
Tôi lỡ làm mất chìa khóa xe đạp ở đâu đó rồi.

自 なくなる

0640

なげる
投げる

throw
投
ném

公園で、子供がボールを投げて遊んでいます。
Children are playing catch in the park.
孩子们在公园里扔球玩耍。
Bọn trẻ đang chơi ném bóng trong công viên.

0641

ならべる
並べる

line up
排列、摆放
xếp thành hàng

卒業式の会場に椅子を並べました。
We lined up the seats for the graduation ceremony.
我们给毕业典礼的会场摆好了椅子。
Chúng tôi đã xếp ghế thành hàng trong hội trường làm lễ tốt nghiệp.

自 並ぶ

0642

ならぶ
並ぶ

queue, line up
排队
xếp hàng

有名なケーキ屋の前に人が並んでいます。
People are lining up outside a famous cake shop.
人们在有名的蛋糕店前排着队。
Người ta đang xếp hàng trước cửa tiệm bánh ngọt nổi tiếng.

他 並べる

□ 0643 **なれる** **慣れる** get used to 习惯 quen	**やっと東京の生活に慣れました。** I have finally got used to life in Tokyo. 总算习惯了东京的生活。 Cuối cùng tôi cũng đã quen với cuộc sống ở Tokyo.
□ 0644 **ぬぐ** **脱ぐ** take off 脱 cởi	**ここで靴を脱いでから、お入りください。** Please enter after taking your shoes off here. 请在这里把鞋脱了再进来。 Vui lòng cởi giày ở đây rồi bước vào trong.
□ 0645 **ぬる** **塗る** spread 涂 phết	**パンにバターを塗って食べました。** I spread butter on the bread and ate it. 给面包涂上黄油吃了。 Tôi phết bơ lên bánh mì rồi ăn.
□ 0646 **のぼる** **登る** climb 攀爬 leo	**趣味は、山に登って写真を撮ることです。** My hobby is taking photos while climbing mountains. 我的爱好是爬山拍照。 Sở thích của tôi là leo núi chụp hình. **⇔下りる**
□ 0647 **のりかえる** **乗り換える** change (trains etc.) 换乘 đổi (tàu, xe)	**学校へ行くには、横浜駅で電車を乗り換えます。** To get to school, I change trains at Yokohama Station. 去学校要在横滨站换乘电车。 Tôi đổi tàu điện ở ga Yokohama để đến trường.
□ 0648 **はこぶ** **運ぶ** carry, bring 搬运 mang vác	**ホテルの人が部屋まで荷物を運んでくれました。** The hotel staff brought the luggage to the room. 酒店的人帮我把行李搬到了房间。 Nhân viên khách sạn đã mang hành lý đến tận phòng cho tôi.
□ 0649 **はじめる** **始める** start 开始 bắt đầu	**9時ですね。授業を始めましょう。** It's nine. Let's start class. 9点了。我们开始上课吧。 9 giờ rồi nhỉ. Chúng ta bắt đầu giờ học nào. **自 始まる**
□ 0650 **はらう** **払う** pay 支付 trả (tiền)	**明日までに電気代を払わなければなりません。** I have to pay the electricity bill by tomorrow. 我得在明天之前付掉电费。 Phải trả tiền điện trước ngày mai.

0651 **ひっこす** **引っ越す** move 搬迁 chuyển (nhà)	**来月、大阪へ引っ越す予定です。** I am planning to move to Osaka next month. 下个月我计划搬去大阪。 Tháng sau tôi dự định sẽ chuyển nhà tới Osaka.
0652 **ひらく** **開く** open (used both as a transitive and intransitive verb) 打开(既可作自动词,又可作他动词。) mở (dùng như tự động từ hoặc tha động từ)	**教科書の１０ページを開いてください。** Please open your textbook at page ten. 请把教材翻到第10页。 Các em hãy mở trang 10 sách giáo khoa. **ここを触ると、ドアが開きます。** When you touch here, the door will open. 碰一下这里，门就会打开。 Chạm vào đây là cửa sẽ mở ra.
0653 **ひろう** **拾う** pick up 捡 nhặt	**道で財布を拾ったので、交番に持って行きました。** I picked up a wallet on the street and took it to a police box. 我在路上捡到一个钱包，把它送到了派出所。 Tôi nhặt được cái ví trên đường nên đã mang đến đồn cảnh sát.
0654 **ふく** **吹く** blow 吹 thổi	**ここは海に近いから、時々強い風が吹きます。** Since the sea is not far from here, strong winds sometimes blow. 这里离海很近，所以有时会吹大风。 Nơi này gần biển nên thi thoảng có gió mạnh thổi đến.
0655 **ふとる** **太る** get fat 长胖 béo ra	**お菓子を食べ過ぎて、太ってしまいました。** I ate too many sweets and got fat. 吃了太多零食，发胖了。 Tôi ăn quá nhiều bánh kẹo nên béo ra. **⇔痩せる**
0656 **やせる** **痩せる** lose weight 瘦 gầy đi	**父は病気で８ｋｇも痩せました。** My father lost 8 kilograms due to illness. 我的爸爸因病暴瘦8kg。 Cha tôi gầy đi 8kg vì bệnh. **⇔太る**
0657 **まがる** **曲がる** turn 弯、转弯 rẽ	**次の信号を左へ曲がってください。** Please turn left at the next traffic lights. 请在下一个红灯处向左拐弯。 Hãy rẽ trái ở cột đèn giao thông tiếp theo.

0658
まちがえる
間違える
make a mistake
弄错
nhầm lẫn

間違えて、他の人の傘を持って来てしまいました。
I made a mistake and took somebody else's umbrella.
不小心错拿了别人的伞。
Tôi lỡ lấy nhầm cây dù của người khác đem về.

0659
むかえる
迎える
meet
迎接
đón

友達を迎えに空港に行きました。
I went to the airport to meet my friend.
我去机场接了朋友。
Tôi đã ra sân bay đón bạn.

0660
もらう
get
得到
nhận, được cho

兄から、乗らなくなったバイクをもらいました。
My older brother gave me a bike that he didn't ride anymore.
哥哥把他不骑的摩托车给我了。
Tôi được anh trai cho chiếc xe máy anh không dùng nữa.

0661
やく
焼く
bake, grill
烤
nướng

釣った魚を焼いて食べました。
I grilled the fish I caught and ate it.
把钓到的鱼烤着吃了。
Tôi nướng cá câu được rồi ăn.

自 焼ける

0662
やける
焼ける
be cooked
做熟
được nướng

肉が焼けたよ。みんな、どんどん食べてね。
The meat is cooked. Everyone, tuck in.
肉烤好啦，各位，请尽管吃别客气。
Thịt được nướng chín rồi đấy. Mọi người ăn nhiều vào nhé!

他 焼く

0663
やむ
stop
停止
tạnh, dừng

雨がやんで、空が明るくなりました。
The rain stopped and the sky became clear.
雨停了，天空也变得明亮了。
Mưa tạnh và trời sáng lên.

0664
やめる
stop, give up
放弃、取消
bỏ cuộc, không làm nữa

天気が悪いので、山へ行くのをやめました。
The weather was bad, so I gave up on going to the mountains.
因为天气不好，所以我不去爬山了。
Thời tiết xấu nên tôi không đi leo núi nữa.

0665
やる①
do
做
làm

「宿題、終わった？」「うん、もうやったよ」
"Have you finished your homework?" "Yes, I've already done it."
"作业做完了吗？""嗯，已经做完啦。"
"Xong bài tập về nhà chưa?" "Ừ, mình làm xong rồi."

0666 **よごれる** **汚れる** be dirty 弄脏 bị bẩn	**手(て)が汚(よご)れたから、せっけんで洗(あら)いました。** As my hands were dirty, I washed them with soap. 手弄脏了，所以我用肥皂洗了手。 Tay bị bẩn nên tôi đã rửa bằng xà phòng.
0667 **わかれる** **別れる** separate 分别 tạm biệt	**食事(しょくじ)をしてから、駅(えき)で友達(ともだち)と別(わか)れました。** After having a meal, I parted from my friend at the station. 吃完饭后，我和朋友在车站分别了。 Dùng bữa xong, tôi tạm biệt bạn ở ga.
0668 **わたる** **渡る** cross 过 băng qua	**橋(はし)を渡(わた)ると、右(みぎ)に郵便局(ゆうびんきょく)があります。** After crossing the bridge, you'll find a post office on the right. 走过这座桥，右边就有一家邮局。 Qua cầu là sẽ thấy bưu điện bên phải.
0669 **わらう** **笑う** laugh 笑 cười	**テレビの番組(ばんぐみ)が面白(おもしろ)くて、大(おお)きな声(こえ)で笑(わら)いました。** The TV program was funny, and I laughed loudly. 电视节目很有趣，看得我放声大笑。 Chương trình ti-vi thú vị quá nên tôi đã cười ầm lên.
0670 **われる** **割れる** break 破碎 bị vỡ	**子供(こども)が投(な)げたボールで、窓(まど)のガラスが割(わ)れました。** The window was broken by a ball thrown by a child. 孩子投的球打碎了窗户玻璃。 Kính cửa sổ bị vỡ do quả bóng bọn trẻ ném.

わたしの単語（たんご）

On this page, let's write down vocabulary items taken from daily life.
请在这一页写下日常生活中发现的单词吧。
Hãy viết vào trang này những từ vựng tìm thấy trong sinh hoạt.

□	
□	
□	
□	
□	
□	
□	

読んでみよう５

山へ行きませんか

春です。山へ行きませんか

春の一日、山へ行きませんか。ゆっくり**登ります**から、山に**慣れて**いない人でも大丈夫ですよ。

★**登る**山：ぽんぽこ山（３９４．４ｍ）
★行く日：４月２０日（雨の場合は中止）
★集まる所と時間：ぽんぽこ駅に朝９時
★歩く時間：全部で３時間ぐらい（途中で休みながら歩きます）
＊予約は**要りません**が、時間に**遅れないで**ください。

・動きやすい服と歩きやすい靴で来てください。
・持って行く物：昼ご飯、水（喉が**渇きます**から、１Ｌ以上）、帽子、タオル、お金

ぽんぽこ山の楽しみ

いろいろな鳥の声が**聞こえます**。木の間を**探して**みましょう。
途中にある川で、魚を**釣る**ことができます。**釣った**魚は、食堂で**焼いて**くれます。
山のいちばん上は、いい風が**吹いて**、本当に気持ちがいいです。
富士山も**見えます**。

《注意》

ごみは**捨てないで**、持って帰ります。
木を**折って**はいけません。
歩くとき、石を**落とさない**ように、**気を付けて**ください。
急いで登ると、危ないです。みんなと一緒に**登りましょう**。

Why don't you go to the mountains?

It's Spring. Why don't you go to the mountains?

Why don't you go to the mountains on a spring day? We climb slowly, so even people who are not accustomed to the mountains are okay.

★ Mountain we will climb: Mt. Ponpoko (394.4m)
★ Date we will go: 20 April (canceled if it rains)
★ Gathering place and time: Ponpoko Station at nine in the morning
★ Walking time: Three hours in total (On the way we will rest while walking)
＊ Reservation is not required, but please don't be late.
・Please come in comfortable clothes and comfortable shoes.
・Things to bring: lunch, water (1 L or more as you'll get thirsty), hat, towel, money

Fun at Mt. Ponpoko

You can hear the calls of various birds. Look for them amongst the trees.
You can catch fish in the river on the way there. The fish you catch will be grilled in a cafeteria.
The top of the mountain has a nice breeze and it feels really good. You can also see Mt. Fuji.

Attention

Do not throw away garbage; take it home with you.
Do not break the branches of the trees.
When walking, be careful not to fall off the rocks.
It's dangerous to climb quickly. Climb together.

去爬山吧

春天到了，去爬山吧

在这春日里，去爬山吧！我们会慢慢地爬，所以，不太熟悉山的人也能参加哦。

★要爬的山：膨膨山（394.4m）
★出发日：4月20日（雨天中止）
★集合场所与时间：膨膨站　早晨9点
★步行时间：全程3小时左右（路上走走歇歇）
＊此活动无需预约，但请不要迟到。
・请穿着便于行动的服装和便于行走的鞋子前来。
・需要携带的物品：午餐、水（爬山容易口渴，所以请带1L以上）、帽子、毛巾、现金

膨膨山的乐趣

你能听到各种小鸟的叫声。到树间找找看吧！
你可以在爬山途中的小河里钓鱼。钓到的鱼会在食堂烤制。
在山的最高处，感受微风吹拂，心情真的无比舒畅。你还可以看到富士山。

《注意》

不要乱扔垃圾，请随身带回。
不能折断树木。
行走时请留意脚下，不要踢落山石。
急匆匆地爬山会很危险。请和大家一起爬。

Bạn có muốn lên núi không?

Mùa xuân đến rồi. Bạn có muốn lên núi không?

Bạn có muốn lên núi vào một ngày xuân không? Chúng ta sẽ leo chậm nên người không quen leo núi cũng không sao đâu.

★ Núi sẽ leo: Núi Ponpoko (394.4m)
★ Ngày đi: 20/4 (sẽ hủy nếu trời mưa)
★ Địa điểm và giờ tập trung: Ga Ponpoko, 9 giờ sáng
★ Thời gian đi: Khoảng 3 tiếng tổng cộng (vừa đi vừa nghỉ dọc đường)
＊ Không cần đặt trước nhưng vui lòng đừng đến muộn.
• Hãy mặc trang phục dễ cử động và mang giày dễ đi bộ.
• Vật mang theo: cơm trưa, nước (hơn 1L vì sẽ mau khát), nón, khăn lau, tiền

Những thú vui ở núi Ponpoko

Nghe được tiếng của nhiều loài chim. Thử tìm chúng giữa các cây nào!
Có thể câu cá ở con sông trên đường đi. Cá câu được sẽ có người nướng giúp ở nhà ăn.
Trên đỉnh núi có gió mát nên sẽ rất dễ chịu. Thấy được núi Phú Sĩ nữa.

« Lưu ý »

Không vứt rác mà đem về nhà.
Không được bẻ cây.
Hãy cẩn thận khi bước đi để không làm rơi đá xuống.
Leo núi vội vàng là nguy hiểm. Hãy leo cùng mọi người.

ネットで一緒に運動

皆さん、おはようございます。

まだ半分寝ている体と頭を、朝の運動で**起こしましょう**。

それでは、易しい運動から**始めます**よ。

両方の手をゆっくり頭の上まで**上げて**……、**下げます**。**上げて**……、**下げて**……、**上げて**……、**下げて**……。

次は、壁を両方の手で**押します**。1，2，3，4，5。休みます。もう一度、1，2，3，4，5。

さあ、次は足の運動です。右の足を**上げて**立ちます。動かないように**気を付けて**……1，2，3，4，5。反対の足を**上げて**、1，2，3，4，5。**倒れそう**だったら、**やめて**いいですよ。

次は、エア* 運動です。最初は、ボールを**投げましょう**。ボールを**投げる**気持ちになって……1，2の3。もう1回、1，2の3。

さあ、次はとても細い橋を**渡ります**よ。手を横に**上げて**、10 m の橋を**渡りましょう**。……危ない！　**落ちそう**だ！　上手に**落ちそう**なポーズ* ができましたか。

最後は、音楽を聞きながら自由に**踊りましょう**。

♪～

どうですか。気持ちがよくなりましたか。それでは、今日も、勉強やお仕事を**頑張りましょう**。また、あした。

* エア Though, there is nothing there, imagining there is. 虽然没有实物，但是装成有的样子。 sự tưởng tượng đang có đồ vật mà trên thực tế không có

ポーズ pose 姿势 tư thế

Exercise with us on the Net

Good morning, everyone.

Wake up your half-sleeping body and head with morning exercise.

Let's start with an easy exercise.

Slowly raise both hands above your head... and lower. Raise..., lower..., raise..., lower...

Next, push against the wall with both hands. 1, 2, 3, 4, 5. Rest. And once again. 1, 2, 3, 4, 5.

Now it's time to exercise your legs. Stand with your right leg raised. Be careful not to move. 1, 2, 3, 4, 5. Raise the opposite leg. 1, 2, 3, 4, 5. If you feel you're going to fall over, you can stop.

Next, we'll do an air exercise. First, let's throw a ball. Get the feeling you are throwing a ball… 1, 2, 3… One more time, 1, 2, 3.

This time, we will cross a very narrow bridge. Raise your hands to your sides and cross the 10-meter bridge. ... Look out! Looks like we'll fall. Were you able to make a good falling pose?

Finally, let's dance freely while listening to music.

♪～

How was it? Do you feel better? Let's do our best to study and work today. See you tomorrow.

在网上一起运动

各位，早上好。

让我们用晨练来叫醒仍在半梦半醒之间的身体与头脑吧。

那么，就从简单的运动开始做起。

将双手慢慢举过头顶……放下。举起……放下……举起……放下……。

接着，将双手撑在墙壁上。1，2，3，4，5。休息。再来一次，1，2，3，4，5。

好的，接下来是腿部运动。将右腿提起，保持站立。注意保持静止……1，2，3，4，5。提起另一条腿，1，2，3，4，5。如果感觉要摔倒了，可以随时停下。

接下来是无实物运动。首先，让我们来抛球。找到抛球的感觉……1, 2, 3。再来一次，1, 2, 3。

好的，接下来我们要过一条很窄的桥。将双手水平举起，一起来过这条 10m 长的桥吧。……危险！差点就掉下去了！ 有没有摆出差点掉下去的姿势呀？

最后，让我们听着音乐自由地舞动吧。

♪～

怎么样，心情变好了吗？今天也要加油学习、工作哦！明天见。

Cùng tập thể dục qua mạng

Chào buổi sáng tất cả mọi người!

Cùng đánh thức cơ thể và cái đầu vẫn đang mơ màng bằng bài tập thể dục buổi sáng nào!

Bây giờ tôi sẽ bắt đầu bằng những động tác dễ trước nhé!

Từ từ đưa hai tay lên phía trên đầu…, rồi hạ xuống. Đưa lên…, hạ xuống…, lên…., xuống…

Tiếp theo, dùng cả hai tay đẩy tường. 1, 2, 3, 4, 5. Nghỉ. Thêm lần nữa, 1, 2, 3, 4, 5.

Rồi, tiếp theo là động tác chân. Nhấc chân phải lên và đứng thẳng. Lưu ý đừng cử động… 1, 2, 3, 4, 5. Nhấc chân bên kia lên, 1, 2, 3, 4, 5. Nếu không đứng vững thì cứ bỏ chân xuống nhé.

Tiếp theo là bài tập tưởng tượng. Trước tiên, cùng ném bóng nào. Hãy tưởng tượng mình sắp sửa ném một quả bóng nhé… 1, 2 và 3. Lần nữa, 1, 2 và 3.

Bây giờ là băng qua một cây cầu rất hẹp. Dang hai tay ra và băng qua cầu dài 10m nào. …Coi chừng! Suýt ngã rồi! Bạn có làm được tư thế sắp ngã đẹp mắt không?

Cuối cùng là vừa nghe nhạc vừa nhảy múa tự do.

♪～

Bạn thấy thế nào? Có sảng khoái hơn chưa? Vậy hôm nay chúng ta cũng cố gắng học hành, làm việc nữa nhé! Hẹn gặp lại vào ngày mai.

動詞２

Verbs 2
动词 2
Động từ 2

0671 **あう** **合う** fit 合适 vừa	**太って、スーツが体に合わなくなりました。** As I've got fat, my suit no longer fits. 我长胖了，西装不合身了。 Tôi béo ra nên bộ vét không vừa người nữa.
0672 **あく** **空く** be empty 变空 trống	**この席は空いていますか。** Is this seat free? 这个座位有人坐吗? Chỗ ngồi này còn trống không ạ?
0673 **あつめる** **集める** collect 收集、募集 thu thập, góp nhặt	**お金を集めて、地震があった町に送りました。** We collected money and sent it to the town that the earthquake struck. 我们募集资金后，捐给了地震受灾城市。 Chúng tôi đã góp tiền gửi đến thị trấn bị động đất. 自 **集まる**
0674 **あつまる** **集まる** gather 聚集 tập hợp, tập trung	**パーティーの会場に多くの人が集まりました。** Many people gathered at the party venue. 派对会场聚集了许多人。 Nhiều người đã tập trung lại hội trường tiệc. 他 **集める**
0675 **あやまる** **謝る** apologize 道歉 xin lỗi	**デートに遅れたことを、彼女に謝りました。** I apologized to my girlfriend for being late for our date. 我为约会迟到向女友道了歉。 Tôi đã xin lỗi bạn gái vì đến muộn buổi hẹn.
0676 **あんしんする** **安心する** feel relieved 放心 an tâm	**子供の熱が下がって、安心しました。** I was relieved that my child's fever went down. 孩子退烧了，我放心了。 Con hạ sốt nên tôi an tâm rồi. ⇔ **心配する**
0677 **いきる** **生きる** live 活、生活 sống	**人は、水だけでも１０日は生きられるそうです。** It is said that people can live for 10 days on water alone. 据说人类只喝水也能活上10天。 Nghe nói con người có thể sống được 10 ngày chỉ bằng nước uống.

0678
いじめる
bully
欺负
bắt nạt

先生(せんせい)は、僕(ぼく)をいじめる同級生(どうきゅうせい)を強(つよ)く叱(しか)りました。
The teacher strongly told off the classmate who bullied me.
老师严厉斥责了欺负我的同学。
Giáo viên đã khiển trách dữ dội bạn cùng lớp hay bắt nạt tôi.

0679
いのる
祈る
pray
祈祷
cầu nguyện

「来年(らいねん)はいい年(とし)になるように」と祈(いの)りました。
I prayed, "May next year be a good year."
我向上天祈祷，希望明年是美好的一年。
Tôi đã cầu nguyện rằng: "Mong năm tới sẽ là một năm tốt lành".

0680
うえる
植える
plant
种植
trồng

母(はは)は庭(にわ)に季節(きせつ)の花(はな)を植(う)えました。
My mother planted seasonal flowers in the garden.
妈妈在院子里种了当季的花。
Mẹ tôi đã trồng loài hoa đúng mùa trong vườn.

0681
うける
受ける
get
接受
tiếp nhận

子供(こども)のとき、私(わたし)は外国(がいこく)で教育(きょういく)を受(う)けました。
As a child, I was educated abroad.
我小时候在国外接受教育。
Khi còn nhỏ, tôi đã được giáo dục ở nước ngoài.

0682
うごく
動く
move / work
动；运转
chuyển động / hoạt động

写真(しゃしん)、撮(と)るよ。動(うご)かないで。
I'll take a photo. Don't move.
拍照啦，别动。
Tôi chụp đây. Đừng chuyển động nhé!

洗濯機(せんたくき)が動(うご)きません。壊(こわ)れたようです。
The washing machine isn't working. It looks like it's broken.
洗衣机没反应。好像坏掉了。
Máy giặt không hoạt động. Chắc bị hỏng rồi.

0683
うつ
打つ
hit
打、撞
đập

夜(よる)、ベッドから落(お)ちて、頭(あたま)を打(う)ちました。
At night, I fell out of bed and hit my head.
晚上从床上掉下来，撞到了头。
Vào ban đêm, tôi bị rơi khỏi giường và đập đầu.

0684
うつる
移る
move
移动
được chuyển đi

先月(せんげつ)、事務所(じむしょ)が東京(とうきょう)から大阪(おおさか)に移(うつ)りました。
Last month the office moved from Tokyo to Osaka.
上个月，办公室从东京搬到了大阪。
Tháng trước, văn phòng đã chuyển từ Tokyo đến Osaka.

0685 うつる be transmitted 传染 lây lan	この病気は動物から人にうつります。 This disease is transmitted from animals to humans. 这种疾病会从动物传染给人类。 Căn bệnh này lây từ động vật sang người.
0686 おこす② 起こす cause 引起 gây ra	事故を起こした男は、酒を飲んでいたそうです。 I heard the man that caused the accident had been drinking. 据说引发事故的男性喝了酒。 Nghe nói người đàn ông gây tai nạn đã uống rượu. 自 起きる
0687 おこなう 行う hold 举行 tổ chức	今年の運動会は、秋に行います。 We will hold this year's athletic meet in the fall. 今年的运动会将在秋季举行。 Chúng tôi sẽ tổ chức hội thao năm nay vào mùa thu.
0688 おこる 怒る get angry 生气 nổi giận	約束の時間に帰らなかったので、父は怒りました。 My father got angry because I didn't return at the promised time. 因为我没在约定的时间回家，爸爸生气了。 Vì tôi không về đúng giờ đã hứa nên cha tôi đã nổi giận.
0689 (お) せわになる (お) 世話になる be taken care of 承蒙照顾 được giúp đỡ	日本で、たくさんの人にお世話になりました。 Many people took care of me in Japan. 在日本，我承蒙了许多人的照顾。 Ở Nhật, tôi đã được nhiều người giúp đỡ.
0690 おもいだす 思い出す remember 想起 nhớ về	この歌を聞くと、子供のころを思い出します。 Whenever I hear this song, I remember my childhood. 一听到这首歌，我就会想起孩提时代。 Cứ nghe bài hát này là tôi lại nhớ về thời thơ ấu.
0691 おりる 下りる go down 下降 đi xuống	エレベーターで８階から１階に下りました。 I took the elevator down from the 8th floor to the 1st floor. 坐电梯从8楼下到1楼。 Tôi đã đi từ tầng 8 xuống tầng 1 bằng thang máy.
0692 かける② 掛ける cause (worry) 使承受、使经受 gây ra, làm ra	子供のころ、体が弱くて、母に心配を掛けました。 When I was a child, I was sickly and caused worry to my mother. 我小时候体质弱，让妈妈很担心。 Thuở nhỏ, do thân thể yếu ớt nên tôi đã làm mẹ mình lo lắng.

0693 かざる **飾る** decorate 装饰 trang trí	玄関に、お正月の花を飾りました。 I decorated the entranceway with New Year flowers. 我在玄关处装饰了新年鲜花。 Tôi đã trang trí hoa ở tiền sảnh cho dịp Tết.
0694 かたづける **片付ける** tidy up 收拾 dọn dẹp	お客さんが来るので、部屋を片付けました。 As I have a guest coming, I tidied up the room. 因为有客人要来，所以我打扫了房间。 Sắp có khách đến nên tôi đã dọn phòng.
0695 **かむ** chew, bite 咬、嚼 nhai, cắn	歯が痛くて、今日は食べ物がかめません。 As I have toothache, I can't chew food today. 我牙疼，今天嚼不动东西。 Răng bị đau nên hôm nay tôi không nhai thức ăn được.
0696 かよう **通う** go, commute 上学、通勤 đi lại đều đặn	私はバスで学校に通っています。 I go to school by bus. 我每天坐公交车去上学。 Tôi luôn đến trường bằng xe buýt.
0697 かわく **乾く** dry 干燥 khô	天気がよかったから、洗った服がすぐ乾きました。 The weather was nice, so the washing dried quickly. 天气很好，所以洗的衣服很快就干了。 Trời đẹp nên quần áo giặt khô ngay.
0698 かんがえる **考える** think 想、考虑 suy nghĩ	宿題の作文に何を書くか、考えています。 I'm thinking about what to write in my homework composition. 我正在思考作文作业要写些什么。 Tôi đang suy nghĩ xem sẽ viết gì vào bài làm văn về nhà.
0699 きがつく **気が付く** notice 注意到 nhận ra	駅まで来て、財布を忘れたことに気が付きました。 I got to the station and noticed that I'd forgotten my wallet. 到了车站，我才发现忘记带钱包了。 Đến nhà ga rồi tôi mới nhận ra là quên mang ví.
0700 くらべる **比べる** compare 比较 so sánh	去年と比べると、今年は梅雨が長いです。 Compared to last year, this rainy season is long. 今年的梅雨季比去年要长。 So với năm ngoái thì mùa mưa năm nay dài hơn.

0701

（ひが）くれる
（日が）暮れる

(the sun) set
（太阳）下山
(trời) tối

山を下りている途中で、日が暮れました。
As we came down the mountain, the sun set.
我们下山途中，太阳落山了。
Trời sập tối khi chúng tôi vẫn đang đi xuống núi.

0702

こしをかける
腰を掛ける

sit down
坐下
ngồi xuống

疲れたので、椅子に腰を掛けました。
As I was tired, I sat on a chair.
因为累了，所以我坐到了椅子上。
Vì mệt nên tôi đã ngồi xuống ghế.

0703

さわぐ
騒ぐ

make a noise
吵闹
làm ồn

電車やバスの中で騒いではいけません。
You mustn't make a noise on the train or bus.
不要在电车或公交车内大声喧闹。
Không được làm ồn trong tàu điện hay xe buýt.

0704

さわる
触る

touch
触摸
chạm

この機械は危険なので、触らないでください。
This machine is dangerous, so please don't touch it.
这个机器很危险，请勿触摸。
Máy này nguy hiểm nên đừng chạm vào nó nhé!

0705

しらせる
知らせる

inform
通知
thông báo, cho biết

皆さんに会議の時間を知らせてください。
Please inform everyone of the time of the meeting.
请通知大家开会的时间。
Hãy cho mọi người biết giờ họp.

☀ お知らせ

0706

しりあう
知り合う

get acquainted
认识
quen nhau

私と妻は、友達の紹介で知り合いました。
My wife and I got acquainted through a friend's introduction.
我和妻子是经朋友介绍相识的。
Tôi và vợ quen nhau qua giới thiệu của bạn.

0707

すぎる
過ぎる

pass
超过
quá

起きたとき、もう９時を過ぎていました。
When I woke up it was already past nine.
我起床时已经9点多了。
Khi tôi thức giấc thì đã quá 9 giờ rồi.

0708

すく

become less crowded
空
vắng

学校が夏休みなので、電車がすいています。
As it is the school summer holidays, the trains are less crowded.
学校在放暑假，所以电车上很空。
Trường học đang nghỉ hè nên tàu điện vắng người.

⇔ 混む

□ 0709 すすむ **進む** move forward 前进 tiến tới	道が混んでいて、車がなかなか前に進みません。 As the road is crowded, the cars are hardly moving forward. 道路很拥挤，车辆难以前行。 Đường đông nên xe mãi mà không tiến tới trước được.
□ 0710 すべる **滑る** slip 打滑、滑动 trượt	雨の日は、滑らないように注意して歩きます。 On rainy days, I walk carefully so as not to slip. 下雨天我走得很小心，免得滑倒。 Vào ngày mưa, tôi bước đi cẩn thận để không bị trượt.
□ 0711 すむ **済む** finish 结束、了结 xong	「もう帰るの？」「うん、仕事が早く済んだんだ」 "Are you going home already?" "Yeah, I finished my work early." "你已经要回去了吗？""嗯，工作提前完成了。" "Về luôn hả?" "Ừ, vì mình xong việc sớm."
□ 0712 そだてる **育てる** bring up, grow 养育、培育 nuôi dạy, trồng (hoa)	母が死んだあと、父は一人で私を育ててくれました。 After my mother died, my father brought me up alone. 母亲去世后，父亲独自将我养大。 Sau khi mẹ mất, cha tôi một mình nuôi dạy tôi.
□ 0713 たす **足す** add 添加 thêm	コーヒーが苦かったので、砂糖を足しました。 As the coffee was bitter, I added sugar. 咖啡很苦，所以我加了糖。 Cà-phê đắng nên tôi cho thêm đường.
□ 0714 たずねる **訪ねる** visit 拜访 thăm	帰国したとき、高校の先生を訪ねました。 When I returned to my country, I visited my high school teacher. 我回国时拜访了高中老师。 Khi về nước, tôi đã đến thăm giáo viên cũ hồi cấp 3.
□ 0715 たずねる **尋ねる** ask 询问、打听 hỏi	先生に分からないことを尋ねました。 I asked my teacher something I didn't understand. 向老师询问了不懂的地方。 Tôi đã hỏi giáo viên chỗ chưa hiểu.

0716 **たてる** **立てる** stand / make (a plan) 立；制定 dựng / lập	**店の入り口に、ぬれた傘を立てました。** I stood my wet umbrella at the entrance of the store. 把打湿的伞立在了店门口。 Tôi dựng cây dù ướt ở cửa vào quán. **春休みの旅行の計画を立てました。** I made a plan for my spring break trip. 制定了春假的旅游计划。 Tôi đã lập kế hoạch đi chơi vào kỳ nghỉ xuân. 自 立つ
0717 **たのしむ** **楽しむ** enjoy 享受 thưởng thức	**パーティーで、いろんな国の料理を楽しみました。** At the party, I enjoyed food from various countries. 在派对上品尝了许多国家的菜品。 Tôi đã thưởng thức món ăn của nhiều nước tại bữa tiệc.
0718 **たのむ** **頼む** ask 委托、请求 nhờ vả	**友達に「講義のノートを見せて」と頼みました。** I asked my friend to show me his lecture notes. 我拜托朋友说："借我看看课堂笔记吧"。 Tôi đã nhờ bạn: "Cho mình xem vở ghi bài giảng đi".
0719 **たりる** **足りる** be enough 足够 có đủ	**お客は２０人でしょ？　コップが３つ足りないよ。** There are 20 guests, right? I'm three cups short. 是20位客人对吧? 还差3个杯子呢。 Có 20 khách đúng không? Thiếu 3 cái ly rồi.
0720 **つかまえる** **捕まえる** catch 抓住、逮捕 bắt	**駅員が、すりを捕まえました。** A station employee caught the pickpocket. 车站工作人员抓到了扒手。 Nhân viên nhà ga đã bắt tên móc túi.
0721 **つける** **付ける** attach 安上、装上 gắn	**買った服に、自分でポケットを付けました。** I added pockets to the clothes I bought. 我自己给新买的衣服缝上了口袋。 Tôi tự gắn túi lên quần áo mình mua.
0722 **つたえる** **伝える** convey 告诉、转达 bày tỏ, truyền đạt	**先生に、お礼の気持ちを伝えました。** I conveyed my feelings of gratitude to my teacher. 向老师表达了谢意。 Tôi đã bày tỏ lòng biết ơn đến giáo viên.

0723
つづける
続ける
continue
持续
tiếp tục

祖母(そぼ)は、若(わか)いときからずっと水泳(すいえい)を続(つづ)けています。
My grandmother has continued swimming since she was young.
我的奶奶从年轻时起就一直保持游泳的习惯。
Bà tôi vẫn tiếp tục đi bơi từ khi còn trẻ đến nay.
自 続(つづ)く

0724
つづく
続く
continue
继续、持续
nối tiếp

暑(あつ)い日(ひ)が続(つづ)いていますが、お元気(げんき)ですか。
The hot days continue. How are you?
高温天气持续不下，您身体可好？
Trời nóng nối tiếp nhiều ngày thế này, bạn có khỏe không?
他 続(つづ)ける

0725
つつむ
包む
wrap
包、裹
gói, bọc lại

プレゼントは、きれいな紙(かみ)で包(つつ)んでありました。
The present was wrapped in beautiful paper.
礼物已用漂亮的纸包好了。
Món quà được gói trong giấy đẹp.

0726
つれる
連れる
take
带
dẫn theo

時々(ときどき)、子供(こども)を連(つ)れて図書館(としょかん)に行(い)きます。
Sometimes, I go to the library with my child.
我时不时会带孩子去图书馆。
Thỉnh thoảng, tôi lại dẫn con đi thư viện.

0727
とどく
届く
arrive
到达
(vật) đến nơi

国(くに)の母(はは)から荷物(にもつ)が届(とど)きました。
A parcel arrived from my mother back home.
我收到了妈妈从国内寄来的包裹。
Đồ mẹ gửi từ bản quốc cho tôi đã đến nơi.

0728
なくなる
run out, be gone, disappear
消失、没了
không còn, hết, bị mất

そろそろシャンプーがなくなりそうです。
It looks like the shampoo is about to run out.
洗发水快要没了。
Dầu gội đầu hình như sắp hết rồi.
他 なくす

0729
なくなる
亡くなる
die
死亡
mất, qua đời

祖母(そぼ)が亡(な)くなって、とても寂(さび)しいです。
My grandmother has died and I miss her very much.
奶奶去世后，我感到非常孤独。
Bà mất nên tôi rất đau buồn.

0730
なる
鳴る
ring
响
reng, kêu

出掛(でか)けようとしたとき、電話(でんわ)が鳴(な)りました。
Just as I was going out, the phone rang.
我刚想出门，电话就响了。
Tôi đang định ra ngoài thì điện thoại reng.

0731
にげる
逃げる
escape
逃
chạy trốn

泥棒は警官を見て、走って逃げました。
When he saw the policeman, the thief escaped by running away.
小偷一看到警察就撒腿逃跑了。
Thấy cảnh sát, tên trộm đã chạy trốn.

0732
にる
似る
look like
像
giống

妹は、母に顔が似ています。
My younger sister looks like our mother.
妹妹和妈妈长得很像。
Em gái tôi có khuôn mặt giống mẹ.

0733
ぬすむ
盗む
steal
偷盗
lấy trộm

２人の男がＡＴＭからお金を盗んだそうです。
Two men are said to have stolen money from an ATM.
听说 2 名男性盗走了自动取款机里的钱。
Nghe nói hai gã đàn ông đã lấy trộm tiền từ ATM.

0734
ぬれる
get wet
淋湿
ướt

急に雨が降って、洗濯物がぬれてしまいました。
It suddenly rained, and the washing got wet.
突然下起了雨，洗的衣物都被淋湿了。
Trời mưa đột ngột nên quần áo phơi bị ướt hết cả.

0735
ねむる
眠る
sleep
睡觉
ngủ

よく眠っていて、地震に気が付きませんでした。
I slept well and didn't notice the earthquake.
我睡得很香，没注意到地震。
Tôi ngủ say sưa nên không biết có động đất.

0736
のこる
残る
be left
留下、残留
còn dư

昨日作ったカレーが、まだ残っています。
Some of that curry I made yesterday is still left.
昨天做的咖喱还有剩的。
Món cà-ri nấu hôm qua vẫn còn dư.

0737
はかる
測る／量る／計る
measure
测量
cân, đo

毎年、子供の誕生日に背の高さを測ります。
Every year, I measure the height of my child on his birthday.
每年孩子生日那天我都会给他量身高。
Mỗi năm tôi đều đo chiều cao cho con vào sinh nhật của con.

0738
はる
貼る
stick
贴
dán

封筒に切手を貼りました。
I put a stamp on the envelope.
把邮票贴到了信封上。
Tôi đã dán tem lên phong bì.

0739 **はれる** **晴れる** be clear 放晴 có nắng	**明日は久しぶりに晴れるそうです。** I hear it will be fine tomorrow for the first time in ages. 听说明天会是个久违的晴天。 Nghe nói mai trời sẽ lại nắng sau chừng ấy ngày. ✿ 曇る　☀ 晴れ
0740 **くもる** **曇る** be cloudy 天阴 có mây	**運動会の朝、空は少し曇っていました。** The sky was a little cloudy on the morning of the athletic meet. 运动会这天早晨，天空稍微有些阴沉。 Buổi sáng ngày hội thao, bầu trời hơi có mây. ✿ 晴れる　☀ 曇り
0741 **ひえる** **冷える** get cold 冰镇 được làm lạnh	**冷蔵庫の中に冷えたジュースがあります。** There is cold juice in the fridge. 冰箱里有冰镇果汁。 Trong tủ lạnh có nước trái cây đã được làm lạnh.
0742 **ひかる** **光る** shine 发光 chiếu sáng	**夜の空に星が光っています。** Stars are shining in the night sky. 星星在夜空中闪着光。 Sao sáng lấp lánh trên bầu trời đêm. ☀ 光
0743 **ひく** **引く** pull / draw 拉；画 kéo / vạch	**ドアを引いて、店の中に入りました。** I pulled the door and entered the store. 拉开门进了店里。 Tôi kéo cửa, bước vào quán.　⇔押す **教科書の大切な言葉に、線を引きました。** I drew a line under the important words in the textbook. 在教材中的重点语句下面画了线。 Tôi đã gạch dưới những từ quan trọng trong sách giáo khoa.
0744 **びっくりする** be surprised 惊吓 giật mình	**大きい声で名前を呼ばれて、びっくりしました。** I was surprised when my name was called out loudly. 有人大声叫我名字，我吓了一跳。 Tôi giật mình vì bị gọi tên lớn tiếng.
0745 **ふえる** **増える** increase 增加 tăng lên	**最近、ジョギングする人が増えたようです。** Recently, it seems that the number of people jogging has increased. 最近慢跑的人似乎增加了。 Hình như gần đây số người chạy bộ đã tăng lên.

0746
ふむ
踏む
step on
踩
giẫm, đạp

電車の中で隣の人に足を踏まれました。
In the train my foot was stepped on by the person next to me.
我在电车上被旁边的人踩了脚。
Tôi bị người bên cạnh giẫm lên chân trong tàu điện.

0747
ほめる
褒める
praise
表扬
khen

母は、私が作った料理を褒めてくれました。
My mother praised the food I cooked.
妈妈夸我做的菜好吃。
Mẹ đã khen món ăn tôi nấu.

0748
まにあう
間に合う
be in time
赶上
kịp giờ

授業に遅れそうでしたが、間に合いました。
I seemed to be late for class, but I was in time.
我上课差点迟到，不过还是赶上了。
Tôi tưởng bị muộn giờ học nhưng rồi lại kịp.

0749
まわる
回る
go round
绕着转
vòng quanh

湖の周りを自転車で回りました。
I went round the lake on a bike.
我骑车绕着湖转了一圈。
Tôi đạp xe vòng quanh bờ hồ.

0750
みがく
磨く
polish
擦
đánh bóng

鏡が汚れていたので、きれいに磨きました。
The mirror was dirty, so I polished it clean.
镜子脏了，所以我把它擦干净了。
Gương bị bẩn nên tôi đánh lại cho sạch.

〔歯を磨く〕 brush one's teeth　刷牙　đánh răng

食事のあとは、歯を磨きましょう。
After eating, brush your teeth.
饭后请刷牙。
Cùng đánh răng sau bữa ăn nào.

0751
みつける
見付ける
find
找到
tìm thấy

前から欲しかった本を、ネットで見付けました。
I found the book I'd always wanted on the Internet.
我在网上找到了一直很想要的书。
Tôi đã tìm thấy cuốn sách mình muốn mua lâu nay trên mạng.

自 見付かる

0752
みつかる
見付かる
be found
找到
được tìm thấy

なくしたと思っていた鍵が、見付かりました。
The key I thought I'd lost was found.
我找到了我以为丢了的钥匙。
Cái chìa khóa tôi tưởng mình làm mất đã được tìm thấy.

他 見付ける

0753 **むかう** **向かう** head 前往 đi về hướng	**この飛行機は、今、沖縄に向かっています。** This plane is now heading to Okinawa. 这架飞机现在正在飞往冲绳。 Máy bay này hiện đang đi đến Okinawa.
0754 **もどる** **戻る** return 返回 quay lại	**忘れ物をしたので、家に戻りました。** I forgot something so returned to the house. 我忘带东西了，所以我回了趟家。 Tôi để quên đồ nên đã quay về nhà.
0755 **やくにたつ** **役に立つ** be useful 有用 có ích	**この本は、漢字を覚えるのに役に立ちます。** This book is useful for learning kanji. 这本书对学习汉字很有帮助。 Cuốn sách này có ích cho việc học Hán tự.
0756 **やめる** **辞める** quit 辞职、离开 nghỉ (việc)	**兄は、１０年勤めた会社を辞めました。** My older brother quit the company he'd been working at for ten years. 我哥哥离开了他工作了10年的公司。 Anh tôi đã nghỉ việc ở công ty đã làm suốt 10 năm.
0757 **やる②** give 给 cho	**毎朝、花に水をやってから出掛けます。** Every morning, I water the flowers before going out. 每天早上我会先给花浇水再出门。 Mỗi sáng tôi đều tưới nước cho hoa rồi mới ra ngoài. ✿ **あげる**
0758 **ゆれる** **揺れる** shake, sway 摇晃 rung lắc	**大きな地震だったね。あ、また揺れている。** That was a big earthquake. Oh, it's shaking again. 刚刚的地震太剧烈了。哎呀，又在摇晃了。 Động đất mạnh quá nhỉ? Ôi, lại lắc nữa nè.
0759 **よぶ** **呼ぶ** call 叫、招呼 gọi	**遅くなりましたね。タクシーを呼びましょうか。** It's late. Shall I call a taxi? 时间不早啦。我来叫辆出租车吧。 Khuya rồi nhỉ? Tôi gọi taxi nhé.
0760 **よる** **寄る** stop by 顺便去 ghé	**仕事の帰りに、コンビニに寄りました。** On my way home from work, I stopped by a convenience store. 下班路上顺便去了趟便利店。 Trên đường đi làm về, tôi đã ghé cửa hàng tiện lợi.

0761 よろこぶ 喜ぶ be happy 高兴 vui mừng	家族のみんなが弟の結婚を喜んでいます。 Everyone in the family is happy about my younger brother's marriage. 全家人都为弟弟结婚而高兴。 Mọi người trong gia đình đều vui mừng vì em trai tôi kết hôn.
0762 わかす 沸かす boil 烧开 đun sôi	「お茶が飲みたいね」「じゃ、お湯を沸かそう」 "I want some tea." "Then, I will boil some water." "我想喝点茶啦。""那我去烧点开水。" "Anh muốn uống trà ghê." "Vậy để em đi đun nước." 自 沸く
0763 わく 沸く boil 沸腾 sôi	お湯が沸いたら、ガスの火を止めてください。 Once the water has boiled turn off the gas. 水开后，请关掉煤气灶的火。 Khi nước sôi lên thì hãy tắt bếp ga đi. 他 沸かす
0764 わたす 渡す give, hand 交给 đưa	ホテルの受付の人が、鍵を渡してくれました。 The hotel receptionist handed me the key. 酒店前台工作人员把钥匙给了我。 Nhân viên tiếp tân khách sạn đã đưa cho tôi chìa khóa.

わたしの単語（たんご）

On this page, let's write down vocabulary items taken from daily life.
请在这一页写下日常生活中发现的单词吧。
Hãy viết vào trang này những từ vựng tìm thấy trong sinh hoạt.

□	
□	
□	
□	
□	
□	
□	

読んでみよう６

困ったときは、「何でも屋」にご相談を！

何でも屋は、皆様から**頼まれた**お仕事を何でもします！
まず、お電話ください(☎XXXX-XXXX)。必ず**お役に立ちます。**
1時間1000円～

こんな「困った」も

要らない物がいっぱいで……。
　大丈夫。きれいに**片付けます**！
ペットがいなくなって、**見付からない。**
　探して、必ず**見付けます**！

生活をもっと楽しく！

みんなが**喜ぶ**クリスマスパーティーにしたい！
　クリスマスらしく**飾って**、お料理も一緒に**考えます**！
花を**育てて**、きれいな庭を作りたい！
　花の選び方から**植え**方までアドバイス。水を**やる**などの世話もします。

こんなことでも

お世話になった方にお礼がしたいけど、忙しくて……。
　その方のお宅を**訪ねて**、あなたからのお礼の言葉と品物をお**渡し**します。

♪お客様の声

隣の庭のスイカを、うちの犬が食べてしまって、どう**謝ったら**いいか、何でも屋さんに相談しました。気持ちを**伝える**話し方をアドバイスしてくれて、隣の人とも、前より仲がよく* なりました。

* 仲がいい good relationship 关系好 thân thiết

When you have a problem, talk to us at "Nandemo-ya"!

Nandemo-ya will do whatever work you ask for! First, please call us (☎XXXX-XXXX). We're definitely useful.

From 1000 yen per hour

Problems like this
I've got lots of stuff I don't need.
Okay. We'll sort it out!
My pet's disappeared. I can't find it.
We'll look for it and be sure to find it!

We'll make your life more enjoyable!
I want to have a Christmas party that everyone enjoys!
We'll decorate the place to look like Christmas and help you think about the food!
I want to grow flowers and create a beautiful garden!
We'll give you advice on how to choose flowers and how to plant them. We'll also take care of the watering and so on.

Even things like this:
I would like to thank those who took care of me, but I am busy...
We will visit the person's house and give them a thank-you note and present from you.

♪Our customers' voice:
My dog ate watermelons in the garden next door, and I consulted with Nandemo-ya about how to apologize. They advised me on how to speak to convey my feelings, and I became closer than before with my neighbors.

困扰的时候，请咨询"Nandemo-ya"!

只要是各位委托的工作，Nandemo-ya 什么都做!
请先来电（☎XXXX-XXXX）。保证帮上您。

每小时 1000 日元起

这种"困扰"我们也能解决
有好多不需要的东西……
没关系。我们为您打扫干净!
宠物不见了，找不到了。
我们来找，保证找到!

让生活更愉快!
我想准备一场大伙儿都喜欢的圣诞派对!
为您布置出圣诞节的气氛，并且和您一起考虑菜单!
我想种花，弄一个漂亮的庭院!
从挑花到种花，我们都能提供建议。我们还会帮您照料，如给花浇水等。

即便是这种事
我想向承蒙照顾的人道谢，但太忙了……
我们会拜访他家，转达您的谢意，并转交您准备的谢礼。

♪顾客之声
我家的狗把邻居院子里的西瓜给啃了，我不知道该怎么道歉才好，就咨询了 Nandemo-ya。Nandemo-ya 向我提议了一些表达真情实感的说话方式。我和邻居的关系也比以前更好了。

Khi gặp rắc rối, hãy nhờ đến "Nandemo-ya"!

Nandemo-ya sẽ làm tất cả các công việc quý khách yêu cầu!
Trước tiên hãy gọi cho chúng tôi (☎XXXX-XXXX)! Bảo đảm sẽ có ích.

1000 yên ~/giờ

Cả những "rắc rối" như thế này
Nhà đầy đồ vật không cần đến...
Không sao. Chúng tôi sẽ dọn dẹp sạch sẽ ngay!
Thú nuôi của tôi đi đâu mất, không tìm thấy.
Chúng tôi sẽ đi tìm, và chắc chắn sẽ tìm thấy!

Làm cho cuộc sống vui hơn!
Tôi muốn tổ chức một buổi tiệc Giáng sinh mọi người đều thấy vui!
Chúng tôi sẽ trang trí đúng chất Giáng sinh và cùng nghĩ các món ăn với bạn!
Tôi muốn trồng hoa, tạo một khu vườn đẹp!
Chúng tôi sẽ cho lời khuyên từ cách chọn đến cách trồng hoa. Kiêm luôn việc chăm sóc như tưới nước v.v.

Kể cả những chuyện thế này
Tôi muốn hậu tạ người đã giúp đỡ mình nhưng lại bận quá...
Chúng tôi sẽ đến thăm nhà người ấy và đưa tận tay món quà cùng lời cảm tạ bạn gửi cho họ.

♪ Nhận xét của khách hàng
Con chó nhà tôi ăn mất quả dưa hấu trong vườn nhà hàng xóm, nên tôi đã nhờ Nandemo-ya tư vấn xem cần xin lỗi như thế nào. Họ đã cho tôi lời khuyên về cách nói chuyện sao cho truyền đạt được tình cảm của mình, nhờ vậy mà tôi đã trở nên thân thiết với hàng xóm hơn lúc trước.

「元気に生きて」

先週、心が温かくなることがありました。

犬のシロを**連れて**散歩に行ったとき、一人のおじいさんが公園の隅のベンチ*に**腰を掛けて**いるのを見ました。散歩から帰るときは、もう**日が暮れて**いましたが、おじいさんは、まだそこにいました。するとシロが、おじいさんの方に私を引っ張って*行きました。シロに**気が付いた**おじいさんは、**びっくりした**ようだったので、私は、「大丈夫。この犬は**かみません**よ。犬は嫌いですか」と**尋ねました**。おじいさんは、「いいえ。ちょっと驚いたんです。この犬が、私の犬にとても**似て**いるので……」と言って、シロに**触りました**。「私の犬は、先月、死にました。子犬のときから**育てた**犬です。私は一人になって、**眠れない**日が**続いて**います。一緒にこの公園に来たことを**思い出して**いたら、あなたの犬が来て……」

シロは楽しそうに走りながら、おじいさんの周りを**回りました**。おじいさんは、「あの子（私の犬）は死んだけれど、代わりにこの子（あなたの犬）が私に、『元気に**生きて**』と言っているのかもしれませんね」と言って笑いました。おじいさんと私は、「じゃあ、また」と言って別れました。おじいさんが元気になってくれるとうれしいです。

* ベンチ bench 长椅 băng ghế
引っ張る pull 拉、拽 kéo

"Live well"

Last week, something warmed my heart.

When I went for a walk with my dog Shiro, I saw an old man sitting on a bench in the corner of the park. By the time I was going home from the walk, it was already dark, but the old man was still there. Then Shiro pulled me towards the old man. The old man noticed Shiro and seemed surprised, so I said, "It's okay. This dog doesn't bite. Don't you like dogs?" The old man said, "No. I was a little surprised. This dog looks so much like my dog..." and he touched Shiro. He also said, "My dog died last month. I raised my dog from when he was a puppy. I've been alone and sleepless. As I remembered we used to come to this park together, your dog came..."

Shiro ran around the old man, running happily. The old man laughed, saying, "That child (my dog) is dead, but instead this child (your dog) may be telling me to 'live well.'" The old man and I said, "See you again," and parted. I hope the old man will be well.

"好好地过下去"

上周，发生了一件暖心事。

我带着我的狗小白去散步的时候，看到一个老爷爷独自坐在公园一角的长椅上。我们散完步，准备回去时，太阳已经下山了，老爷爷却还坐在那里。于是，小白就拽着我往老爷爷那边走去。老爷爷注意到小白，似乎吓了一跳，我便问道："没关系，这只狗不会咬人的。您讨厌狗吗？"老爷爷回答道："不是的。我只是有点惊讶。这只狗长得真像我的狗……"，并摸了摸小白，继续说道："我的狗上个月去世了。它是我从小养大的。我现在变得孤身一人，每天夜里都无法入睡。我正回想起和它一起来这个公园的事情，你的狗就过来了……"

小白欢快地在老爷爷身边跑来跑去。"虽然那孩子（我的狗）死了，但这个孩子（你的狗）也许是在替它对我说：'要好好地过下去'吧。"老爷爷说着，笑了起来。我和老爷爷互道再见后就分开了。我希望老爷爷能打起精神来。

"Hãy sống vui nhé"

Tuần trước đã xảy ra một chuyện làm ấm lòng người.

Khi dẫn con chó Shiro của mình đi dạo, tôi thấy một ông lão đang ngồi trên băng ghế ở góc công viên. Khi tôi đi dạo xong quay về, dù trời đã sập tối nhưng ông cụ vẫn còn ở đó. Thế rồi, Shiro bỗng kéo tôi đi về phía ông. Vì ông lão có vẻ giật mình khi nhận ra Shiro chạy đến nên tôi đã hỏi ông: "Không sao đâu ông. Con chó này không cắn đâu. Ông ghét chó hay sao ạ?". Ông lão trả lời: "À không, tôi chỉ bất ngờ thôi. Vì chú chó này rất giống con chó của tôi...", rồi sờ vào Shiro. "Chó của tôi vừa chết tháng trước. Tôi nuôi nó từ lúc nó mới là chó con thôi. Giờ chỉ còn một mình, mấy ngày nay tôi mất ngủ. Tôi đang ngồi nhớ lại hồi xưa hay cùng nó tới công viên này thì con chó của cháu chạy đến..."

Shiro ra vẻ vui mừng, chạy vòng quanh ông lão. Ông bật cười và nói: "Chú chó kia (chó của tôi) chết rồi nhưng chú này (chó của cháu) có lẽ đang thay nó bảo tôi "Ông hãy sống vui nhé!" ấy nhỉ". Ông lão và tôi chào nhau "Tạm biệt" rồi chia tay. Hi vọng ông sẽ vui lên.

い形容詞（けいようし）

i-Adjectives
い形容词
Tính từ đuôi i

い

0765 **うれしい** happy 开心的 vui	**この学校（がっこう）に入（はい）れて、うれしいです。** I'm happy I got into this school. 我很开心能进入这所学校就读。 Tôi vui vì mình vào được trường này. ✲うれしさ
0766 **かなしい** **悲しい** sad 悲伤的 buồn	**卒業（そつぎょう）の日（ひ）、友達（ともだち）と別（わか）れるのが悲（かな）しかったです。** On graduation day, I was sad to say goodbye to my friends. 毕业那天，和朋友分别让我觉得很伤心。 Tôi đã buồn khi chia tay bạn bè vào ngày tốt nghiệp.
0767 **おかしい** funny 可笑的 buồn cười	**漫画（まんが）を読（よ）んで、おかしくて一人（ひとり）で笑（わら）いました。** I read the manga and laughed by myself because it was funny. 读着滑稽的漫画一个人哈哈大笑。 Tôi đọc truyện tranh thấy buồn cười quá nên cười một mình.
0768 **こわい** **怖い** scared 可怕的、害怕的 đáng sợ	**地震（じしん）はいつ起（お）きるか分（わ）からないので、怖（こわ）いです。** As we don't know when an earthquake will occur, I'm scared. 因为不知道什么时候会发生地震，所以我很害怕。 Động đất đáng sợ vì không biết được khi nào sẽ xảy ra.
0769 **さびしい** **寂しい** lonely 孤独的 cô đơn, buồn	**友達（ともだち）が国（くに）に帰（かえ）ってしまって、とても寂（さび）しいです。** I'm very lonely because my friend returned to her country. 朋友回国了，我觉得很孤独。 Tôi rất cô đơn vì bạn bè đã về nước mất rồi. ✲寂（さび）しさ
0770 **はずかしい** **恥ずかしい** embarrassed 难为情的 ngượng, mắc cỡ	**みんなの前（まえ）で１人（ひとり）で歌（うた）うのは、恥（は）ずかしいです。** I find it embarrassing to sing by myself in front of everyone. 一个人在大家面前唱歌很难为情。 Tôi ngượng khi hát một mình trước đám đông.
0771 **うまい①** good 美味的 ngon	**「このカレー、うまいよ」「本当（ほんとう）だ。おいしいね」** "This curry is good." "Right. It's delicious." "这个咖喱很好吃哦。""确实很好吃呢。" "Món cà-ri này ngon nè." "Đúng rồi. Ngon ha."

0772

まずい
bad-tasting
难吃的
dở

「お父さんの料理はまずいよ」「じゃ、食べるな」
"Dad, your cooking is terrible." "Then, don't eat it."
"爸爸做的菜真难吃啊。""那你别吃了。"
"Món ăn bố nấu dở lắm." "Vậy cấm ăn nhé."

⇔おいしい

0773

にがい
苦い
bitter
苦的
đắng

この薬は、苦くて飲みにくいです。
This medicine is bitter and difficult to take.
这个药很苦，难以下咽。
Thuốc này đắng nên khó uống.

0774

ぬるい
lukewarm
不冷不热的
nguội

お風呂の湯がぬるかったので、熱くしました。
The bath water was lukewarm, so I heated it.
洗澡水温吞吞的，所以我把它加热了。
Nước trong bồn tắm nguội rồi nên tôi đã làm nóng lại.

0775

ねむい
眠い
sleepy
困倦的
buồn ngủ

ゆうべ、あまり寝ていないから、眠いです。
I didn't sleep much last night, so I'm sleepy.
昨晚没怎么睡觉，所以很困。
Đêm qua không ngủ được mấy nên giờ buồn ngủ quá.

0776

きぶんがわるい
気分が悪い
feel sick
不舒服的
không khỏe

船が揺れて、気分が悪くなりました。
The ship swayed and I began to feel sick.
船晃得我感觉很恶心。
Con tàu rung lắc làm tôi thấy không khỏe.

0777

あさい
浅い
shallow
浅的
nông

このプールは浅いので、子供でも遊べます。
This pool is shallow, so children can play in it.
这个泳池很浅，所以儿童也可以在这里玩耍。
Hồ bơi này nông nên trẻ em cũng chơi được.

⇔深い

0778

ふかい
深い
deep
深的
sâu

これは、海の深い所にいる魚です。
This is a fish found in a deep part of the ocean.
这是一种生活在海底深处的鱼。
Đây là loài cá sống ở vùng biển sâu.

⇔浅い　☀深さ

0779

かたい
堅い／固い／硬い
hard
硬的
cứng

この椅子は、堅い木でできていて丈夫です。
This chair is made of hard wood and so it is durable.
这把椅子是用坚硬的木头做的，非常牢固。
Cái ghế này làm bằng gỗ cứng nên chắc chắn.

⇔柔らかい／軟らかい

0780 **やわらかい** **柔らかい／軟らかい** soft 软的 mềm	**この店のパンは、柔らかくておいしいです。** The bread in this shop is soft and delicious. 这家店的面包松软可口。 Bánh mì của tiệm này vừa mềm vừa ngon. ⇔堅い／固い／硬い
0781 **こまかい** **細かい** fine 零碎的、小的 nhỏ, nhuyễn	**「何か手伝おうか」「じゃ、肉を細かく切って」** "Is there anything I can do?" "Then, can you finely cut the meat?" "我来帮帮你吧。""那你帮我把肉剁碎。" "Để con giúp mẹ nhé?" "Vậy con xắt nhỏ thịt ra đi!"
0782 **うつくしい** **美しい** beautiful 美丽的 đẹp	**日本には、美しい海岸がたくさんあります。** There are many beautiful beaches in Japan. 日本有许多美丽的海岸。 Ở Nhật có nhiều bãi biển đẹp. ☀美しさ
0783 **うまい②** good 拿手的 hay, giỏi	**彼はピアノも弾けるし、歌もうまいです。** He can play the piano and is good at singing. 他既会弹钢琴，又会唱歌。 Anh ấy vừa biết chơi dương cầm vừa hát hay.
0784 **かっこいい** cool 酷帅的 đẹp, hợp thời trang	**このかばん、色も形もかっこいいね。** The shape and color of this bag are cool. 这个包的颜色和形状都好酷呀。 Cái túi xách này cả màu lẫn kiểu đều đẹp nhỉ.
0785 **すばらしい** **素晴らしい** wonderful 绝佳的 tuyệt vời	**この山の上から見る景色は、素晴らしいです。** The view from the top of this mountain is amazing. 从这座山上眺望到的景色非常秀丽。 Phong cảnh nhìn từ trên núi này đẹp tuyệt vời. ☀素晴らしさ
0786 **ただしい** **正しい** correct 正确的 đúng	**お箸の正しい使い方を教えてください。** Please show me how to use chopsticks correctly. 请教教我筷子的正确用法。 Hãy chỉ cho tôi cách cầm đũa đúng.
0787 **やさしい** **優しい** kind 温柔的、体贴的 hiền hậu	**父は優しくて、怒ったのを見たことがありません。** My father is kind, and I have never seen him get angry. 我的父亲非常温柔，我从没见过他生气。 Cha tôi tính hiền hậu nên tôi chưa từng thấy ông giận dữ bao giờ. ☀優しさ

0788

よろしい

good
好的
được, tốt

先生は、いつご都合がよろしいですか。
Sir, when is convenient for you?
老师，请问您什么时候有空？
Khi nào thì tiện cho thầy ạ?

0789

きたない
汚い

dirty
脏的
bẩn

川の水が汚くなって、魚がいなくなりました。
The river water has become dirty, so the fish have gone.
河水很脏，鱼儿都不见了。
Nước sông bị bẩn đi nên không còn cá nữa.

0790

ひどい

terrible
极差的
tồi tệ

勉強しなかったので、試験はひどい点でした。
I didn't study, so got a terrible score in the test.
我没有学习，所以考试考得非常差。
Tôi không học gì nên điểm thi tệ.

0791

きびしい
厳しい

severe
严格的
khắt khe

弟が通っている柔道教室は、練習が厳しいです。
The practice in the judo class my younger brother attends is hard.
弟弟去的柔道班训练非常严格。
Lớp judo mà em trai tôi đang học tập luyện khắt khe lắm.
☀厳しさ

0792

すごい

amazing, terrible
厉害的
tuyệt vời, kinh khủng

台風が来ているので、風の音がすごいです。
As a typhoon is approaching, the sound of the wind is terrible.
台风来了，风声大作。
Đang có bão nên tiếng gió kinh khủng quá.

0793

めずらしい
珍しい

rare
珍奇的、罕见的
hiếm

この島には、珍しい鳥がたくさんいます。
There are many rare birds on this island.
这座岛上有许多珍稀鸟类。
Ở hòn đảo này có nhiều giống chim hiếm.

な形容詞

na-Adjectives
な形容词
Tính từ đuôi na

0794

あんしん
安心

relieved
放心的
yên tâm

家の近くに交番や病院があるので、安心です。
As there is a police box and a hospital near the house, I feel at ease.
我家附近就有派出所和医院，所以我感觉很放心。
Gần nhà tôi có cả đồn cảnh sát lẫn bệnh viện nên yên tâm rồi.
⇔心配

0795

しんぱい
心配
anxious
担心的
bận tâm, đáng lo

大学(だいがく)に入(はい)れても、講義(こうぎ)が分(わ)かるかどうか心配(しんぱい)です。
Even if I can get into college, I am anxious about whether I'll understand the lectures or not.
即使进入了大学，我也很担心我上课是否能听懂。
Tôi bận tâm vì không biết vào đại học rồi mình có hiểu bài giảng không.
⇔安心(あんしん)

0796

あんぜん
安全
safe
安全的
an toàn

事故(じこ)を起(お)こさないように、安全(あんぜん)な運転(うんてん)をします。
In order not to have an accident, I drive safely.
安全驾驶，以免引发事故。
Tôi lái xe an toàn để không gây tai nạn.
⇔危険(きけん)　☀安全運転(あんぜんうんてん)

0797

きけん
危険
dangerous
危险的
nguy hiểm

この道(みち)は、車(くるま)が多(おお)くて危険(きけん)です。
There are many cars on this road, so it is dangerous.
这条路上有许多车，很危险。
Đường này nhiều xe nên nguy hiểm.
⇔安全(あんぜん)

0798

いっぱい
full
满的
no, đầy

食(た)べ過(す)ぎて、おなかがいっぱいです。
I ate too much and now I'm full.
吃太多了，肚子饱了。
Tôi ăn nhiều quá nên bụng no căng.

0799

かんたん
簡単
easy
简单的
đơn giản

テストは簡単(かんたん)だったので、100点(ひゃくてん)でした。
The test was easy, so I got 100 points.
考试很简单，所以我得了100分。
Bài kiểm tra đơn giản nên tôi được 100 điểm.

0800

きゅう
急
steep / sudden
陡峭的；突然的
dốc / đột ngột

アパートの外(そと)の階段(かいだん)は、急(きゅう)で危(あぶ)ないです。
The stairs outside the apartment are steep and dangerous.
公寓外的楼梯很陡，非常危险。
Cầu thang bên ngoài khu căn hộ dốc nên nguy hiểm.

急(きゅう)に雨(あめ)が降(ふ)ってきたので、家(いえ)まで走(はし)りました。
As it suddenly started to rain, I ran to the house.
突然下起了雨，所以我一路跑回了家。
Trời đột ngột mưa nên tôi đã chạy về nhà.

0801

ざんねん
残念
regrettable, unfortunate
遗憾的、可惜的
đáng tiếc

卒業式(そつぎょうしき)に出席(しゅっせき)できなくて、とても残念(ざんねん)です。
It is very regrettable that I can't attend the graduation ceremony.
不能参加毕业典礼，非常遗憾。
Rất đáng tiếc vì tôi không thể dự lễ tốt nghiệp.

0802
じゆう
自由
free
自由的
tự do

一人で行く旅行は、自由でいい。
I like traveling by myself because of the freedom.
我很喜欢1个人的旅行，因为可以随心所欲。
Đi du lịch một mình tự do nên tôi thích.

0803
じゅうぶん
十分
enough
足够的
đủ

大学に入るのに、100万円あれば十分ですか。
Is one million yen enough to go to college?
100万日元够上大学吗?
Để vào đại học 1 triệu yên có đủ không ạ?

0804
しんせつ
親切
kind
亲切的
tử tế

隣の人が、ごみの出し方を親切に教えてくれました。
The person next door kindly showed me how to put out the garbage.
邻居很亲切地教了我如何扔垃圾。
Hàng xóm đã tử tế chỉ cho tôi cách đổ rác.

0805
だいじ
大事
important
重要的
quan trọng

どんな仕事を選ぶかは、大事な問題です。
What kind of work you choose is an important issue.
选择什么样的工作是一个重要的问题。
Chọn công việc thế nào là vấn đề quan trọng.

0806
だめ
駄目
no good, impossible
不行的、不可以的
không được

「宿題は、来週出してもいいですか」「駄目です」
"Can I hand in my homework next week?" "No, you can't."
"作业可以下周再交吗? " "不行。"
"Tuần sau em nộp bài về nhà được không ạ?" "Không được."

0807
ていねい
丁寧
polite, careful
有礼貌的、细心的
lịch sự, chu đáo

この店の店員は言葉が丁寧です。
The staff in this shop use polite language.
这家店的店员说话很有礼貌。
Nhân viên cửa hàng này nói năng lịch sự.

0808
とくべつ
特別
special
特别的
đặc biệt

私の家では、正月に特別な料理を作ります。
At my house, we cook special dishes for the New Year.
我家过年会做特别的菜肴。
Nhà tôi hay nấu món đặc biệt vào dịp Tết.

0809
ねっしん
熱心
enthusiastic
积极的、热情的
nhiệt tình

生徒たちは環境問題を熱心に調べています。
The students are enthusiastically doing research on environmental problems.
学生们正在积极地调查环境问题。
Các em học sinh đang nhiệt tình tìm hiểu về vấn đề môi trường.

0810
ひつよう
必要
necessary
必要的
cần thiết

あのレストランは予約が必要ですよ。
You need to make a reservation at that restaurant.
那家餐厅必须要预约。
Nhà hàng kia cần đặt bàn trước đó.

0811
ふくざつ
複雑
complicated
复杂的
phức tạp

スマホの使い方は、複雑で難しいです。
Using a smartphone is complicated and difficult.
智能手机的使用方法很复杂，用起来很难。
Cách sử dụng điện thoại thông minh phức tạp và khó quá.

0812
ふべん
不便
inconvenient
不方便的
bất tiện

私の家は、駅から遠くて不便です。
My house is far from the station and inconvenient.
我家离车站很远，很不方便。
Nhà tôi xa ga nên bất tiện.

0813
へん
変
strange
奇怪的
bất thường, lạ

変な音がしたので、機械を止めて調べました。
I heard a strange noise, so I switched off the machine and looked at it.
我听到了奇怪的声音，所以我关掉机器检查了一下。
Vì có tiếng động bất thường nên tôi đã dừng máy lại kiểm tra.

0814
まじめ
真面目
serious
认真的
nghiêm túc

彼は真面目で、よく働きます。
He is serious and works hard.
他很认真，勤劳能干。
Anh ấy nghiêm túc và làm việc tốt.

0815
まっすぐ
真っすぐ
straight
笔直的
thẳng

ここから海までは、真っすぐな道です。
From here there is a road that goes straight to the sea.
从这里到海边是一条笔直的道路。
Từ đây đến biển là một đường thẳng.

0816
むり
無理
impossible
难以办到的
bất khả thi

この本を１日で読むのは、無理です。
It's impossible to read this book in a day.
这本书一天读不完。
Đọc hết cuốn sách này trong 1 ngày là bất khả thi.

0817
さかん
盛ん
thriving
盛行的、热烈的
thịnh hành, mạnh

私が卒業した高校は、スポーツが盛んでした。
The high school I graduated from thrived at sports.
我毕业的高中盛行体育运动。
Trường cấp 3 nơi tôi tốt nghiệp vốn mạnh về thể thao.

0818 **じゃま** **邪魔** in the way, annoying 碍事的 vướng víu	**邪魔だから、そこにあるおもちゃを片付けて。** The toys are in the way, so put them away. 那里的玩具很碍事，收拾一下吧。 Vướng quá nên dọn đồ chơi bên đó đi!
0819 **たしか** **確か** certain 确凿的 xác thực	**彼が会社を辞めるというのは、確かな話ですか。** Is it certain that he will leave the company? 他辞职这件事是真的吗? Chuyện anh ấy sẽ nghỉ việc có xác thực không ạ?
0820 **てきとう** **適当** suitable 恰当的 thích hợp	**荷物を送るんだけど、適当な大きさの箱、ない?** I'll send the stuff, but don't you have a box that's a suitable size? 我想寄行李，有没有大小合适的箱子? Mình định gửi đồ, bạn có cái hộp nào có độ lớn thích hợp không?
0821 **りっぱ** **立派** magnificent 宏伟的、杰出的 tráng lệ	**あの立派な建物は、市の美術館です。** That magnificent building is the city museum. 那幢宏伟的建筑是市立美术馆。 Tòa nhà tráng lệ kia là bảo tàng mỹ thuật thành phố.
0822 **こくさいてき** **国際的** international 国际性的 có tính quốc tế	**柔道は、今は国際的なスポーツです。** Judo is now an international sport. 柔道现在是一项国际性的体育运动。 Judo bây giờ là môn thể thao có tính quốc tế.

読んでみよう７

交通の今と昔

電車も車もない江戸時代*の人は、どこへ行くときも、歩かなければなりませんでした。今の東京から京都までの４９２ｋｍを行くのに、１３日から１５日ぐらいかかったそうです。１日に３５ｋｍぐらい歩いたのです。そんなに歩くことは、今の私たちには**無理です**が、旅行は、江戸時代の人々の**特別な**楽しみでした。途中で食べる**珍しい**食べ物や、**美しい**海などの**素晴らしい**景色も、楽しみの一つだったでしょう。

しかし、道には**危険な**ことが**いっぱいでした**。特に、大きな川を渡るのは大変でした。その時代は、橋がない川もあったからです。**浅い**所を渡るときは**安心です**が、**深い**所を渡るのは危なくて、**怖い**ことでした。だから、自分で渡れない人はお金を払って、男の人の背中に乗って渡ったりしました。**深い**所を渡る値段は、**浅い**所より高かったそうです。

また、雨が続くと、川の水が増えて、**危険で**渡れません。晴れて、**安全に**渡れるようになるまで、何日も待たなければなりませんでした。

今は、東京から京都まで、新幹線なら２時間半もかからないで、**簡単に**行けます。世界中を**自由に**旅行ができる時代になりました。

* 江戸時代　A Japanese historical period, from around 1600 to 1868. 日本的时代划分之一，指 1600 年左右至 1868 年。　chỉ một giai đoạn trong lịch sử Nhật Bản, kéo dài từ năm 1600 đến 1868

Transportation now and in the past

People in the Edo period, who had no trains or cars, had to walk wherever they went. It took from about 13 to 15 days to travel the 492 kilometers from present day Tokyo to Kyoto. They walked about 35 kilometers a day. It is impossible for us to walk so much now, but traveling was a special pleasure for the people of the Edo period. One of the pleasures would have been the unusual foods they would eat along the way or the wonderful views of the beautiful sea.

However, there were many dangers along the way. Especially, it was difficult to cross big rivers. At that time, some rivers did not have bridges. It was safe to cross at shallow places, but dangerous and scary to cross at deep ones. Therefore, those who couldn't cross by themselves paid money and crossed on the back of a man. It seems that the price to cross at deep places was higher than that at shallow ones.

Also, if it continued to rain, the water in the river would increase and it would be dangerous to cross. People had to wait days before it was sunny and safe to cross.

Now, it is easy to get from Tokyo to Kyoto in less than two and a half hours on the bullet train. We are now in an era in which we can travel freely around the world.

交通的今与昔

在既没有电车也没有汽车的江户时代，人们不管去哪里都只能靠走路。现在的东京距离京都492km，当时大概要走 13 ~ 15 天。也就是 1 天要走 35km 左右的路。对现在的我们来说，这样赶路几乎是不可能的了，但对江户时代的人们来说，旅行是一项特别的乐趣。旅途中吃到的珍奇美食、看到的美丽海景等绝妙的景色应该都是乐趣之一吧。

但是，路上充满了艰难险阻。尤其是过大河，更是难上加难。因为在那个时代，有的河上根本没有架桥。趟过浅滩的时候还暂且放心，但渡过深水是一件既危险又可怕的事。所以，无法靠自己的力量渡河的人，有时就会付钱请伙计背着过河。据说，深处的渡河价格比浅滩要贵。

另外，若是连日下雨，河水就会猛涨，十分危险，无法渡河。人们为了在放晴之后安全地渡河，必须得等上好几天。

如今，要是坐新干线从东京到京都，花不上 2 个半小时就能轻易抵达。人们能够自由地在全世界旅行的时代已经到来了。

Giao thông bây giờ và ngày xưa

Người thời Edo vì không có cả tàu điện lẫn ô-tô nên đi đâu cũng phải đi bộ. Nghe nói phải mất 13 đến 15 ngày để đi quãng đường 492km từ Tokyo ngày nay đến Kyoto. Nghĩa là mỗi ngày đi được khoảng 35km. Chuyện đi bộ một quãng đường như vậy đối với chúng ta bây giờ là bất khả thi nhưng du hành lại là thú vui đặc biệt của mọi người ở thời Edo. Có lẽ những món ăn hiếm thấy dọc đường hay phong cảnh tuyệt vời như biển đẹp v.v. cũng là một thú vui.

Tuy nhiên, có rất nhiều mối hiểm nguy trên đường. Đặc biệt, việc băng qua sông lớn là rất vất vả. Bởi vì ở thời đó vẫn có những con sông không có cầu bắc ngang. Băng qua chỗ nước nông thì yên tâm nhưng băng qua chỗ nước sâu lại nguy hiểm và đáng sợ. Thế nên, người không tự mình băng được thường trả tiền để ngồi lên lưng một người đàn ông nào đó và qua sông. Nghe nói giá băng qua chỗ nước sâu cao hơn chỗ nước nông.

Ngoài ra, khi trời mưa kéo dài, nước sông dâng cao, không ai băng qua được vì nguy hiểm. Người ta phải đợi vài ngày để trời nắng trở lại và có thể an toàn băng qua sông.

Còn bây giờ, đi từ Tokyo đến Kyoto mất chưa đến 2 tiếng rưỡi, có thể đi lại dễ dàng. Chúng ta đã bước sang thời đại có thể tự do du lịch toàn thế giới.

夏のお弁当に注意

梅雨や夏は、食中毒* が起きる季節です。朝作って、お昼に食べるお弁当も**心配です**。気を付けることは何でしょうか。

☆お弁当を作るときには、次のことに注意

① 作るまえに、**丁寧に**手を洗いましょう。**汚い**手で作ると、食べ物も汚れます。

② お弁当に入れる肉や魚は、中までよく焼きましょう。

③ 作った物が**十分に**冷えてから、お弁当箱に入れましょう。

作ったお弁当は、食べるまで、涼しい場所に置いておくことも**大事です**。

☆**変**だなと思ったら、食べない

変な臭いがする、**まずい**、**苦い**など、いつもと違う味がするときは、お弁当の中の食べ物が悪くなっているかもしれません。食べるのをやめましょう。

もし食べたあとで**気分が悪く**なったり、おなかが痛くなったりしたら、すぐお医者さんに行きましょう。「大丈夫だろう」と軽く考えてしまうのは、**駄目です**。**危険な**食中毒かもしれません。作るとき、食べるとき、食べたあとに注意すれば、**安心です**。

* 食中毒　food poisoning　食物中毒　ngộ độc thực phẩm

Be careful with summer lunch boxes

The rainy season and summer are seasons when food poisoning occurs. I'm also worried about the lunch boxes I make in the morning and eat at noon. What should I be careful about?

☆ When making a lunch box, pay attention to the following:
① Wash your hands carefully before making it. If you make it with dirty hands, the food will also get dirty.
② Thoroughly cook meat and fish to go into the lunch box.
③ After what you have made has cooled sufficiently, put it in the lunch box.
It is also important to keep the lunch box you made in a cool place until you eat it.
☆ If you think it's strange, don't eat it.
If it has a strange smell, tastes bad, is bitter, etc., or when it tastes different to normal the food in your lunch box may be bad. Stop eating it.

If you feel sick or have a stomachache after eating, go to the doctor right away. It is no good to think lightly that "I'll be okay." It might be dangerous food poisoning. It is best to be careful when making, eating, and after eating a lunch box.

夏季便当注意事项

梅雨季和夏季是食物中毒频发的时期。即使是早晨做、中午吃的便当也会令人担心。我们该注意些什么呢?

☆制作便当时要注意以下几点
①制作前，要先仔细地将手洗净。用脏手来做便当的话，食物也会变脏。
②便当里放的肉和鱼一定要烹饪至完全熟透。
③等做好的饭菜完全冷却了再放入便当盒。
还有很重要的一点：做好的便当在食用之前都要放在阴凉处保存。
☆要是感觉奇怪就别吃
如果和平时的味道不同，比如有奇怪的味道、难吃、苦涩的话，便当内的食物也许已经腐坏，我们就不要再吃了。

如果吃完后感觉不舒服或者肚子疼的话，就立刻去看医生。我们不能小看这种症状，觉得“应该没事的吧”。也许这就是危险的食物中毒。制作时、食用时、食用后都要注意，这样才放心。

Cẩn thận với cơm hộp vào mùa hè

Mùa mưa hay mùa hè là mùa hay xảy ra ngộ độc thực phẩm. Ngay cả những hộp cơm làm buổi sáng, ăn vào buổi trưa cũng đáng lo. Vậy chúng ta cần cẩn thận điều gì?

☆ Lưu ý những điều sau khi làm cơm hộp
① Hãy rửa tay kỹ trước khi làm. Nếu được chế biến bằng tay bẩn thì thức ăn cũng sẽ bị bẩn.
② Nấu chín kỹ thịt và cá sẽ cho vào hộp cơm, kể cả bên trong.
③ Đợi thức ăn đã nấu nguội hẳn rồi mới cho vào hộp cơm.
Việc cất giữ hộp cơm đã làm ở nơi mát me cho đến lúc ăn cũng quan trọng
☆ Nếu cảm thấy lạ thì đừng ăn
Nếu ngửi thấy mùi lạ, hoặc thấy có vị dở, đắng, khác với bình thường thì có khả năng thức ăn trong hộp đã bị hỏng. Bạn không nên ăn chúng.

Nếu sau khi ăn xong bạn thấy không khỏe hay bị đau bụng thì hãy đến bác sĩ ngay. Không được vô tư nghĩ rằng: "Chắc không sao đâu". Đó có thể là chứng ngộ độc thực phẩm nghiêm trọng. Chỉ cần chúng ta cẩn thận khi nấu, trước khi ăn và sau khi ăn là sẽ an tâm.

副詞

Adverbs
副词
Phó từ

No.	Word	English	Chinese	Vietnamese	Example	Translation (EN / ZH / VI)
0823	このあいだ この間	the other day	前几天	hôm trước	この間、電車の中で高校の先輩に会いました。	The other day I saw my high school senior on the train. 前几天，我在电车上见到了高中的前辈。 Hôm trước, tôi đã gặp tiền bối hồi cấp 3 trên tàu điện.
0824	さっき	a while ago	刚才	lúc nãy	「田中さんは？」「さっき事務所にいたよ」	"Where's Mr. Tanaka?" "He was in the office a while ago." "田中呢？""刚才还在办公室呢。" "Anh Tanaka đâu?" "Lúc nãy ở trong văn phòng mà."
0825	たったいま たった今	just now	刚刚	vừa mới	飛行機は遅れて、たった今着いたところです。	The plane was late and has just arrived now. 飞机延误了，刚刚才到达。 Máy bay muộn giờ nên vừa mới đáp xuống tức thì.
0826	さいきん 最近	recently	最近	gần đây	最近引っ越したので、まだ道が分かりません。	I just moved recently, and still don't know the streets well. 最近搬家了，所以还不认识路。 Tôi mới dọn nhà gần đây nên vẫn chưa rành đường.
0827	このごろ この頃	these days	这阵子	dạo này	彼女はこの頃、図書館で熱心に勉強しています。	She is studying hard at the library these days. 她这些天来都在图书馆认真地学习。 Dạo này chị ấy hay vào thư viện học rất hăng say.
0828	これから	from now	接着、今后	từ bây giờ	では、これから会議を始めます。	Right, let's start the meeting from now. 那么，会议现在开始。 Bây giờ, chúng ta sẽ bắt đầu cuộc họp.
0829	こんど 今度	shortly, soon	将要	sắp tới	今度、結婚することになりました。	I will get married shortly. 我要结婚了。 Sắp tới tôi sẽ kết hôn.

0830 **もうすぐ** soon 将要 sắp	もうすぐ夏ですね。海へ行くのが楽しみです。 It'll soon be summer. I'm looking forward to going to the sea. 马上就要夏天了呢。我很期待去海边。 Sắp vào hè rồi nhỉ. Mình nóng lòng ra biển chơi.
0831 **しばらく** for a while 片刻地、许久地 trong một lúc	雲の形が面白いので、しばらく空を見ていました。 The shape of the clouds was interesting, so I was looking at the sky for a while. 我看了一会儿天空，因为云朵的形状很有趣。 Hình dạng đám mây thú vị nên tôi mải mê nhìn trời trong một lúc.
0832 **ずっと①** all the time 一直地 suốt	弟は、朝からずっとゲームをしています。 My younger brother has been playing games since this morning. 弟弟从早上开始一直在玩游戏。 Em trai tôi chơi điện tử suốt từ sáng.
0833 **そろそろ** soon 就快 sắp sửa	もう12時だ。そろそろ寝よう。 It's already 12. It's about time to go to bed. 已经12点了。我该睡了。 Đã 12 giờ rồi. Sắp đến lúc đi ngủ.
0834 **とうとう** finally 终究 sau cùng	古い時計が、とうとう動かなくなりました。 The old clock has finally stopped working. 旧钟终究还是不动了。 Sau cùng thì cái đồng hồ cũ cũng ngừng hoạt động.
0835 **やっと** finally 总算 cuối cùng	５時間かかって、やっと山の上に着きました。 It took me five hours to finally reach the top of the mountain. 花了5个小时，总算爬上山了。 Mất 5 giờ đồng hồ, cuối cùng tôi cũng lên đến đỉnh núi.
0836 **なかなか（～ない）** (not) readily （不）简单、难以 mãi mà (không ~)	練習しても、なかなか会話が上手になりません。 Even though I practice, I don't readily get better at conversation. 即使练习了，我的会话总是没有长进。 Tôi luyện tập mãi mà vẫn không nói giỏi hơn được.
0837 **ひじょうに** **非常に** very 非常地 cực kỳ	非常に強い台風が、日本に向かっています。 A very strong typhoon is heading towards Japan. 一场非常强劲的台风正朝日本袭来。 Một cơn bão cực mạnh đang hướng về Nhật Bản.

0838

ずいぶん
really
很
quá mức, khá nhiều

ずいぶんうれしそうだね。いいことがあったの？
You look really happy. Did something good happen?
你好像很开心呀。发生什么好事了吗？
Trông bạn vui quá nhỉ. Có chuyện gì hay hả?

0839

だいぶ
really
相当地
nhiều

11月になって、だいぶ寒くなってきましたね。
It's November and has got really cold.
到了11月，天气变得很冷了呢。
Sang tháng 11 nên trời trở lạnh nhiều rồi nhỉ.

0840

わりあい(に)
割合(に)
relatively
比较地
tương đối

今年の冬は、割合暖かかったです。
This year the winter was relatively warm.
今年的冬天比较暖和。
Mùa đông năm nay tương đối ấm.

0841

ずっと②
far
……得多
hơn nhiều

友達は私よりずっと歌が上手です。
My friend is far better at singing than I am.
我的朋友唱得比我好得多。
Bạn tôi hát hay hơn tôi nhiều.

0842

もっとも
最も
most
最
nhất

日本で最も高い山は、富士山です。
The highest mountain in Japan is Mt. Fuji.
日本的最高峰是富士山。
Núi cao nhất Nhật Bản là núi Phú Sĩ.

0843

とくに
特に
especially
特别
đặc biệt

この店はチーズケーキが特に有名です。
This shop is especially famous for its cheese cake.
这家店的芝士蛋糕特别有名。
Cửa tiệm này đặc biệt nổi tiếng với món bánh phô-mai.

0844

ふつう②
普通
usually
一般
thông thường

子供は普通、1歳ぐらいで歩くようになります。
Children usually start walking around the age of one.
一般来说，孩子在1岁左右就会走路了。
Thông thường, trẻ con khoảng 1 tuổi là biết đi.

0845

すっかり
completely
全都
bẵng, hoàn toàn

彼と会う約束を、すっかり忘れていました。
I'd completely forgotten that I'd arranged to meet him.
我把要和他见面的约定忘得一干二净了。
Tôi quên bẵng lời hứa gặp mặt anh ấy.

□ 0846

ほとんど
almost
几乎
hầu như, phần lớn

Ｎ４の大事な言葉は、ほとんど覚えました。
I've learned most of the important N4 words.
N4的重点词汇我几乎都掌握了。
Tôi đã thuộc phần lớn từ vựng quan trọng của trình độ N4.

□ 0847

だいたい
on the whole
大致
đại khái

今日の仕事は、だいたい終わりました。
Today's work is by and large finished.
今天的工作基本上结束了。
Công việc hôm nay đại khái đã xong.

□ 0848

たいてい
usually
大抵、差不多
thường

日曜日は、たいてい友達と買い物に行きます。
On Sundays, I usually go shopping with my friend.
周日我一般都会和朋友去购物。
Chủ nhật tôi thường đi mua sắm với bạn bè.

□ 0849

たまに
sometimes
偶尔
đôi khi

朝はいつもパンですが、たまに、ご飯を食べます。
In the morning I eat bread, but sometimes I have rice.
早上我一般吃面包，但偶尔会吃米饭。
Tôi luôn ăn sáng bánh mì nhưng đôi khi cũng ăn cơm.

□ 0850

こんなに
as this
这么
đến thế này

きれいな色。こんなに青い海は、初めて見たよ。
It's a beautiful color. I've never seen such a blue sea.
颜色真漂亮。我第一次看到这么蓝的大海。
Màu đẹp quá! Lần đầu tiên mình mới nhìn thấy biển xanh đến thế này.

❀ あんなに　❀ そんなに

□ 0851

そんなに
as that
那么
đến thế (ấy)

冷たい物をそんなに飲むと、おなかが痛くなるよ。
If you have so much cold drink, you'll have a stomachache.
喝那么多冷饮，肚子会痛的哦。
Món lạnh mà uống nhiều đến thế là sẽ bị đau bụng đấy.

❀ あんなに　❀ こんなに

□ 0852

あんなに
as that
那么
đến thế (kia)

きれいな花が、あんなにたくさん咲いているよ。
So many beautiful flowers are blooming there.
开了那么多漂亮的花。
Nhiều hoa đẹp đang nở đến thế kia!

❀ こんなに　❀ そんなに

□ 0853

どのくらい
how much, how often, how long
多少、几次、多久
mức nào, bao lâu

国で日本語を、どのくらい勉強しましたか。
How long did you study Japanese in your country?
你在国内学了多久日语?
Bạn đã học tiếng Nhật được bao lâu ở nước mình rồi?

0854

ぜんぜん(〜ない)
全然(〜ない)

(not) at all
根本(不)
hoàn toàn (không ~)

テストが難しくて、全然できませんでした。
The test was difficult, and I couldn't do it at all.
考试很难，根本考不出来。
Bài kiểm tra khó nên tôi hoàn toàn không làm được.

0855

ちっとも(〜ない)

(not) at all
一点也(不)
(không ~) chút nào

君は10年前とちっとも変わらないね。
You've not changed at all since ten years ago.
你和10年前相比真是一点都没变呀。
Bạn không thay đổi chút nào so với 10 năm trước nhỉ.

0856

いちども(〜ない)
一度も(〜ない)

(not) once
一次也(没)
(chưa ~) lần nào

私は学校を休んだことが一度もありません。
I have not missed school once.
我一次都没有缺过课。
Tôi chưa nghỉ học lần nào.

0857

けっして(〜ない)
決して(〜ない)

never
绝对(不)
nhất định (không ~)

お世話になったことは、決して忘れません。
I will never forget that you took care of me.
我决不会忘记你对我的照顾。
Tôi nhất định sẽ không quên việc được bạn giúp đỡ đâu.

0858

それほど(〜ない)

(not) so, (not) that
(并不)那么
(không ~) đến mức đó

今年の冬は、それほど寒くなかったです。
This winter wasn't so cold.
今年的冬天并不是很冷。
Mùa đông năm nay không lạnh như tôi nghĩ.

0859

そんなに(〜ない)

(not) so, (not) that
(不)那么
(không ~) đến mức đó

「高そうな靴ね」「そんなに高くなかったよ」
"Those shoes look expensive." "They weren't that expensive."
"你的鞋看起来好贵呀。""没有那么贵啦。"
"Đôi giày trông có vẻ đắt tiền nhỉ." "Không đắt đến mức đó đâu."

0860

できるだけ

as much as possible
尽量地
hết mức có thể

食事は、できるだけ家で作るようにしています。
I cook meals at home as much as possible.
我会尽量在家做饭吃。
Tôi luôn cố gắng nấu ăn ở nhà hết mức có thể.

0861

なるべく

as much as possible
尽可能地
hết mức có thể

旅行が中止の場合は、なるべく早く知らせます。
In the event that the trip is canceled, I will inform you as quickly as possible.
要是旅行中止，会尽快通知你的。
Trường hợp chuyến du lịch bị hoãn, chúng tôi sẽ thông báo sớm nếu có thể.

0862
いっしょうけんめい
一生懸命
hard
拼命地
cật lực

大学に行きたいので、一生懸命勉強しています。
I want to go to university, so I'm studying hard.
我想上大学，所以正在拼命地学习。
Tôi muốn vào đại học nên đang học cật lực.

0863
しっかり
firmly, thoroughly
用力地、好好地
chắc, chăm chỉ

風が強いので、傘をしっかり持って歩きました。
As the wind was strong, I walked firmly gripping the umbrella.
风很大，所以我走路的时候使劲撑着伞。
Gió thổi mạnh nên tôi đã cầm chắc dù khi bước đi.

0864
どんどん
more and more
连续不断地
đều đặn một cách tích cực

習った言葉をどんどん使いましょう。
Use the words you learned more and more.
请大家多多使用学到的词汇。
Hãy đều đặn sử dụng những từ vựng đã học.

0865
はっきり
clearly
清楚地
rõ ràng

このアナウンサーは、とてもはっきり話します。
This announcer speaks very clearly.
这位播音员口齿非常清晰。
Phát thanh viên này nói chuyện rất rõ ràng.

0866
かわりに
代わりに
instead
替代
thay cho

母が病気なので、代わりに私が夕飯を作りました。
My mother was ill, so I cooked dinner instead.
妈妈生病了，我替她做了晚饭。
Mẹ bị bệnh nên tôi đã thay mẹ nấu cơm tối.

0867
こう
like this
这样
như vầy

「こうすれば、荷物、もっと入るよ」「そうか」
"If you do it like this, you'll get more stuff in the case." "Oh, I see."
"这样做的话，就能放更多行李啦。""原来如此。"
"Làm như vầy sẽ bỏ thêm được nhiều đồ vào nè." "Vậy à."
❀ああ ❀そう

0868
そう
like that
那样
như thế

「急いだほうがいいですよ」「そうします」
"You should hurry." "I will."
"最好快一点哦。""好，我会的。"
"Nên khẩn trương lên!" "Em sẽ làm như thế."
❀ああ ❀こう

0869
ああ
that way
那样
như thế kia

見て。猫は、ああやって子猫を運ぶんだね。
Look. Cats carry kittens that way.
看，原来猫是那样搬运小猫的呀。
Nhìn kìa! Con mèo mang con của nó đi như thế kia kìa.
❀こう ❀そう

0870

どう

what, how
怎样
thế nào

美術館まで、どう行けばいいですか。
What is the best way to get to the art gallery?
我该怎么去美术馆呢?
Đi thế nào để đến bảo tàng mỹ thuật ạ?

0871

いちど
一度

one time
一次
một lần

帰国するまえに、一度、富士山に登りたいです。
Before returning to my country, I would like to climb Mt. Fuji once.
我想在回国前爬一次富士山。
Trước khi về nước, tôi muốn leo núi Phú Sĩ một lần.

0872

かならず
必ず

definitely
必定、一定
chắc chắn, nhất định

彼は必ず約束の時間に来ます。
He will definitely come at the appointed time.
他一定会在约定的时间来。
Anh ấy chắc chắn sẽ đến đúng giờ hẹn.

0873

きっと

surely
一定
chắc là

寒いから、今夜はきっと雪になると思うよ。
It's cold, so I think it will surely snow tonight.
天气很冷，我觉得今晚一定会下雪的。
Trời lạnh nên tôi nghĩ chắc đêm nay sẽ có tuyết.

0874

ぜひ

definitely
务必
nhất định

「今日は楽しかった」「ぜひ、また遊びに来て」
"I had a good time today." "Be sure to visit us again."
"今天玩得很开心。""下次一定要再来玩喔。"
"Hôm nay vui quá." "Lần sau nhất định phải đến chơi nữa nhé!"

0875

たしかに
確かに

unquestionably
确实
đúng là vậy

「最近、地震が多いね」「確かに、よくあるね」
"There have been a lot of earthquakes recently." "There certainly."
"最近地震好多啊。""确实，经常地震呢。"
"Dạo này nhiều động đất quá nhỉ?" "Đúng là nhiều thật."

0876

もちろん

of course
当然
tất nhiên

「この歌、知ってる?」「もちろん知ってるよ」
"Do you know this song?" "Of course I know it."
"你知道这首歌吗?""当然知道了。"
"Bạn biết bài hát này hả?" "Tất nhiên là biết rồi."

0877

やはり／やっぱり

sure enough
果然、还是
quả nhiên, đúng là

雨だ。やっぱり傘を持って来て、よかったね。
It's raining. Sure enough, I'm glad I brought my umbrella.
下雨了。还好，这伞真是带对了。
Mưa rồi. Đúng là sáng suốt khi đem theo dù.

0878 **よろしく** leave it to you 请关照 từ thể hiện thành ý khi nhờ vả	**明日は仕事を休むので、よろしくお願いします。** I'm taking a day off tomorrow, so thanks in advance. 明天我要请假，请多关照。 Ngày mai tôi nghỉ phép nên xin nhờ anh chiếu cố giúp tôi.
0879 **まず** first 首先 trước hết	**会社に着いたら、まずメールをチェックします。** When I get to the office, first I check my email. 到公司后，我会先查看邮件。 Khi đến công ty, tôi luôn kiểm tra email trước hết.
0880 **たとえば** **例えば** for example 比如 ví dụ như	**例えば黄色やピンクなどの明るい色が好きです。** I like bright colors such as yellow and pink. 我喜欢明亮的颜色，比如黄色或粉色。 Tôi thích màu sáng, ví dụ như màu vàng hay hồng.
0881 **もし** if 如果 nếu	**もし料理するロボットができたら、欲しいです。** If they made a robot that could cook, I'd want one. 如果有做饭机器人的话，我想要一个。 Nếu có người máy nấu ăn thì tôi muốn có nó.
0882 **いくら(〜ても)** however (much / hard) 无论多少(都) (dù ~) bao nhiêu đi nữa	**いくら考えても、良い答えが出ません。** However much I think, I can't come up with a good answer. 无论怎么想，也想不出好的回答。 Dù có suy nghĩ bao nhiêu đi nữa thì cũng không ra được câu trả lời hay.

連体詞（れんたいし）

Adnominal Adjectives
连体词
Tiền tố bổ nghĩa cho danh từ, Tính từ

0883
いろんな
various
各种各样的
nhiều loại

若いときに、いろんなことを経験したい。
I want to experience various things while I am young.
我想在年轻的时候体验各种各样的事情。
Tôi muốn trải nghiệm nhiều thứ khi còn trẻ.

0884
あんな
such
那样的
như thế (kia)

「立派な家ね」「あんな家に住んでみたいな」
"It's a magnificent house." "I'd love to live in such a house."
"好壮观的房子啊！""好想住在那样的家里啊！"
"Căn nhà tráng lệ ghê!" "Mình muốn sống trong căn nhà như thế."
こんな　そんな

0885
こんな
such
这样的
như thế này

こんなおいしいお酒、飲んだことがありません。
I have never drunk such delicious alcohol.
我从没喝过这么美味的酒。
Rượu ngon như thế này tôi chưa từng uống qua bao giờ.
あんな　そんな

0886
そんな
such
那样的
như thế (ấy)

私も、そんな色の服が着たいです。
I also want to wear clothes of such a color.
我也想穿那种颜色的衣服。
Tôi cũng muốn mặc quần áo có màu như thế.
あんな　こんな

0887
どんな
what kind
怎样的
như thế nào

結婚したら、どんな家庭を作りたいですか。
What kind of family do you want to create when you get married?
你结婚后想组建一个怎样的家庭？
Sau khi kết hôn, bạn muốn xây dựng một gia đình như thế nào?

0888
どういう
what kind
什么样的
gì, thế nào

あなたとリーさんは、どういうご関係ですか。
What kind of relationship do you have with Mr. Lee?
您和李先生是什么关系？
Bạn và anh Lee có mối quan hệ thế nào?

接続詞（せつぞくし）

Conjunctions
接续词
Liên từ

0889 **けれど／けれども** however 但是 nhưng mà	**みんなは反対しました。けれど、私はAさんの意見がいいと思いました。** Everyone opposed it. However, I thought Ms. A's opinion was good. 大家都反对。但是，我觉得A小姐的意见很好。 Mọi người đều phản đối. Nhưng mà tôi lại nghĩ rằng ý kiến của bạn A hay.
0890 **すると** then 于是乎 thế là	**子供に、あめをあげました。すると、泣くのをやめました。** I gave the child a sweet. Then he stopped crying. 我给了孩子一颗糖。于是，他就不哭了。 Tôi cho đứa bé kẹo. Thế là nó ngưng khóc.
0891 **それで** so 因此 do vậy	**雪で電車が止まってしまいました。それで、会社に行けませんでした。** The trains stopped because of the snow. So I couldn't come to the company. 电车因雪停运了。所以我没去成公司。 Tàu điện ngưng chạy do tuyết. Do vậy tôi đã không đến công ty được.
0892 **それに** in addition 而且 ngoài ra	**頭が痛い。それに、熱も出てきた。風邪をひいたようだ。** I've got a headache. In addition, I've got a fever. I seem to have a cold. 头好痛。而且还发烧了。好像感冒了。 Đầu thì nhức. Ngoài ra còn bị sốt. Chắc bị cảm rồi.
0893 **だから** therefore 所以 vậy nên	**明日は試験です。だから、早く帰って勉強したいです。** I've got an exam tomorrow. Therefore, I want to go home early and study. 明天有考试。所以，我想早点回去学习。 Ngày mai thi rồi. Vậy nên tôi muốn về sớm học bài.
0894 **または** or 或是 hoặc	**そこへは、地下鉄、またはバスで行くのがいいと思います。** I think it's best to go there by subway or bus. 我觉得最好乘地铁或公交去那里。 Tôi thấy nên đi đến đó bằng tàu điện ngầm hoặc xe buýt.

読んでみよう８

卒業しても、会おうね

アン：**もうすぐ**日本語学校、卒業だね。みんなと一緒のクラスで楽しかった。僕は来週、引っ越すんだ。 19:30

ヤン：部屋、決まったんだね。**どんな**部屋？　駅から近い？ 19:35

アン：駅から歩いて８分ぐらいで、**割合に**静か。**それに、**便利。大学に**なるべく**近い部屋を探して、**やっと**見付かったんだよ。 19:45

カン：よかったね。私は**いろんな**アパートを見たけれど、**なかなか**いい部屋が**なくて**……。**やっぱり**引っ越すと、お金もかかるし……。**だから、**ここに住むつもり。 19:56

ヤン：そうか。ちょっと残念だね。 20:05

カン：ねえ*、卒業しても、また会えるよね。 20:07

ヤン：入学して、**しばらく**は忙しいと思うよ。**まず、**新しい生活に慣れて、**しっかり**勉強しなければ。でも、会いたいよね。 20:12

アン：うん、会いたい。 20:15

カン：**必ず**会おうね。アン、ヤン、卒業しても、**よろしく**お願いします♡ 20:20

* ねえ　A word used to get someone's attention　唤起他人注意的用语　từ để gọi đối phương

Let's meet even after graduation

An: We're graduating from Japanese language school soon. I've enjoyed the class with everyone. I'm moving next week.
Yan: The room's been decided then? What sort of room? Is it near the station?
An: It's about an eight-minute walk from the station and it's relatively quiet. Besides, it's convenient. I searched for a room as close as possible to the university and finally found one.
Kan: Good. I've seen various apartments, but I can't find a good room... After all it costs money to move... So, I'm going to stay living here.
Yan: Really. That's a shame.
Kan: Hey, even after graduation, we'll still be able to meet, right?
Yan: With entering the school, I think I'll be busy for a while. First, I'll have to get used to the new life and study hard. But I still want to meet.
An: Yeah, I want to meet you.
Kan: Let's definitely meet. An, Yan, even after graduation, stay in touch.

毕业不说再见

安：我们马上就要从日语学校毕业了呢。我很开心能和大家成为同班同学。下周，我就要搬家了。
杨：你已经找好房子啦。是什么样的房子？离车站近吗？
安：从车站步行 8 分钟左右，还挺安静的。而且很方便。我找了尽可能离大学近一点的房子，总算找到啦。
韩：真好呀。我看了各种各样的公寓，怎么都找不到称心的……再说搬家还很费钱……所以，我打算就在这住下去了。
杨：这样啊。有点遗憾呢。
韩：你说，我们毕业后也还能再见的对吧。
杨：我觉得开学后会忙上一阵子。首先得快点习惯新生活，好好学习才行。不过还是想和大家见见面呢。
安：嗯，我也想。
韩：我们一定要见面呀。安、杨，虽然毕业了，以后也要请你们多多关照。

Dù tốt nghiệp rồi vẫn gặp nhau nhé

An: Tụi mình sắp tốt nghiệp trường tiếng Nhật rồi nhỉ. Vui vì đã được học chung lớp với các bạn. Tuần sau mình chuyển nhà nè.
Yan: Vậy là chọn được phòng rồi ha. Phòng ốc thế nào? Có gần ga không?
An: Cách ga cỡ 8 phút đi bộ mà cũng tương đối yên tĩnh. Lại tiện nữa. Mình ráng tìm phòng gần trường đại học, cuối cùng cũng tìm được đó.
Kan: Tốt quá rồi ha. Mình đi xem nhiều căn hộ rồi mà mãi vẫn chưa có căn ưng ý... Đúng là dọn nhà sẽ tốn tiền nữa... Nên mình định sống ở đây luôn.
Yan: Vậy hả? Hơi tiếc nhỉ?
Kan: Nè, tốt nghiệp rồi tụi mình vẫn gặp được nhau đúng không?
Yan: Mình nghĩ nhập học xong là sẽ bận một thời gian đó. Trước tiên là làm quen với cuộc sống mới rồi phải chăm chỉ học hành nữa. Nhưng mình vẫn muốn gặp các bạn.
An: Ừ, mình cũng muốn.
Kan: Nhất định sẽ gặp lại nhau nha. An, Yan, dù tốt nghiệp rồi vẫn mong các bạn giúp đỡ mình.

どのくらいコンビニを利用していますか

森：何を見ているの？

林：午後の会議の資料*。この中に、コンビニを**どのくらい**利用しているかを調べたグラフ*があるんだけど、森さんは**どのくらい**行く？

森：**そんなに**行か**ない**なあ。買い物は、**ほとんど**スーパーだしね。

林：これを見ると、「１週間に１～２回利用する人」が３５．４％で、**最も**多いんだよ。森さんは**全然**使わ**ない**の？

森：**たまに**コンビニのＡＴＭからお金を出すけどね。

林：**確かに**、この資料でもＡＴＭの利用は多いね。

森：林さんは？

林：**だいたい**毎日行っているよ。**もちろん**ＡＴＭも使うし、お昼は**たいてい**コンビニのお弁当だし……。

森：毎日コンビニのお弁当だと、嫌にならない？

林：**最近**は、コンビニのお弁当も**ずいぶん**変わったよ。森さんも、**ぜひ一度**食べてみてよ。あ、**そろそろ**１２時だ。ちょっとコンビニに行ってくるね。

あなたはどのくらいコンビニを利用していますか

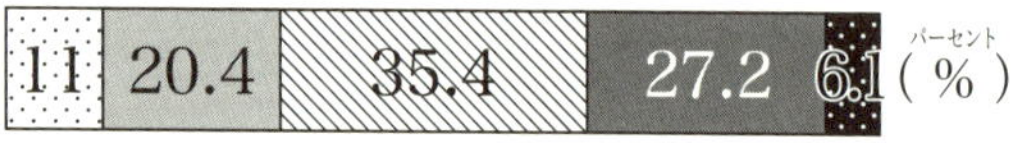

□ **だいたい**毎日　■ １週間に３～４回
▨ １週間に１～２回　■ １か月に１～３回
■ １か月に１回より少ない

調べたとき：２０１９年７月２２日 ～ ７月２６日
方法*：インターネット　調べた人：男性・女性　５，０００人ずつ

* 資料 data 资料 tài liệu　グラフ graph 图表 biểu đồ
方法 method 方法 phương pháp

How often do you use convenience stores?

Mori: What are you looking at?

Hayashi: Material for this afternoon's meeting. There is a graph that shows how often people use convenience stores; how often do you go, Mr. Mori?

Mori: I don't go that much. I mostly do shopping in the supermarket.

Hayashi: Looking at this, 35.4% of the respondents said that they use convenience stores once or twice a week, which is the highest amount. You don't use them at all?

Mori: Sometimes I get money out at the ATMs in convenience stores.

Hayashi: Certainly, in this data, ATM usage is a lot.

Mori: What about you, Mr. Hayashi?

Hayashi: I go there almost every day. Of course, I also use ATMs, and I usually have a convenience store lunch box...

Mori: Don't you get sick of having convenience store lunch boxes every day?

Hayashi: Recently, the lunch boxes at convenience stores have changed a lot. You should try one. Oh, it's about 12 o'clock. I'm popping out to a convenience store.

How often do you use convenience stores?
□Almost every day　□3-4 times a week
□1-2 times a week　□1-3 times a month
□Less than once a month
Survey period: 22-26 July 2019
Method: Internet
Surveyed people: men, women, 5,000 people each

你多久去一次便利店?

森：你在看什么呢?

林：在看下午开会的资料。里面有一份便利店使用频率的调查图表。小森，你大概多久去一次呢?

森：我不怎么去便利店呢。因为我都是去超市买东西的。

林：从这张图表来看，"一周去1～2次"的人最多，占了35.4%呢。小森，你从来都不去吗?

森：我倒是偶尔会从便利店的ATM取钱。

林：确实，这些资料也显示ATM的使用率很高。

森：小林你呢?

林：我差不多每天都会去。当然，我也用ATM，而且我午饭一般都吃便利店的便当……

森：每天都吃便利店的便当，不会吃腻吗?

林：最近便利店的便当也大变样了呢。你也一定要吃一次试试看呀。哎呀，就要12点了。我去一趟便利店哦。

您多久去一次便利店?
□几乎每天都去　□每周3～4次
□每周1～2次　□每月1～3次
□每月少于1次
调查期间：2019年7月22日～7月26日
方法：网络
调查对象：男性、女性各5000人

Bạn sử dụng cửa hàng tiện lợi nhiều đến mức nào?

Mori: Đang xem gì vậy?

Hayashi: Tài liệu của cuộc họp chiều nay. Trong này có biểu đồ thể hiện kết quả khảo sát xem người ta dùng cửa hàng tiện lợi nhiều đến mức nào. Mori có hay đi tới đó không?

Mori: Mình không đi nhiều tới mức đó. Mua đồ cũng hầu hết là ở siêu thị à.

Hayashi: Nhìn cái này thì thấy "số người sử dụng 1-2 lần/tuần" chiếm 35.4% là nhiều nhất đó. Mori hoàn toàn không dùng hả?

Mori: Nhưng thỉnh thoảng mình có đi rút tiền ở ATM trong cửa hàng tiện lợi.

Hayashi: Phải rồi, tài liệu này cũng có nói nhiều người sử dụng ATM nè.

Mori: Còn Hayashi?

Hayashi: Đại khái là mình đi mỗi ngày đó. Tất nhiên là có dùng ATM, và cơm trưa của mình cũng thường là cơm hộp của cửa hàng tiện lợi…

Mori: Ngày nào cũng ăn cơm hộp của cửa hàng vậy không ngán hả?

Hayashi: Gần đây, cơm hộp của cửa hàng tiện lợi đã thay đổi khá nhiều đó. Mori cũng ăn thử đi! À, sắp 12 giờ rồi. Mình ra cửa hàng tiện lợi chút nha.

Bạn sử dụng cửa hàng tiện lợi nhiều đến mức nào?
□Đại khái mỗi ngày　□3-4 lần/tuần
□1-2 lần/tuần　□1-3 lần/tháng
□Ít hơn 1 lần/tháng
Thời điểm khảo sát：ngày 22-26 tháng 7 năm 2019
Phương pháp: mạng internet
Đối tượng khảo sát：nam giới và nữ giới, mỗi bên 5000 người

グラフは「新たなコンビニのあり方検討会　調査報告資料」(経済産業省)(https://www.meti.go.jp/shingikai/mono_info_service/new_cvs/003.html) を加工して作成

敬語（けいご）

Honorific Expressions
敬语
Kính ngữ

0895

かた
方
person
位
vị

あそこに立っている方は、田中さんです。
The person standing over there is Ms. Tanaka.
站在那里的那位是田中小姐。
Vị đang đứng ở kia là bà Tanaka.

0896

おこさん
お子さん
another person's child
孩子、令郎、令爱
con người khác

「お子さんは何人ですか」「息子が２人です」
"How many children do you have?" "I have two sons."
"您有几个孩子？""我有2个儿子。"
"Anh có mấy người con ạ?" "Tôi có 2 đứa con trai."

0897

おじょうさん
お嬢さん
another person's daughter
千金、令爱
con gái người khác

木村さんのお嬢さんが結婚なさるそうですよ。
I hear Mr. Kimura's daughter is going to get married.
听说木村先生的千金将要成婚了。
Tôi nghe nói con gái anh Kimura sắp kết hôn đó.

0898

おたく
お宅
another person's house
您家
nhà người khác

「お宅はどちらですか」「うちは横浜です」
"Where is your home?" "My house is in Yokohama."
"您家在哪儿？""我家在横滨。"
"Nhà chị ở đâu ạ?" "Nhà tôi ở Yokohama."

0899

いらっしゃる①
be
在
ở, đang, còn

社長、明日はお宅にいらっしゃいますか。
President, will you be at home tomorrow?
总经理，请问您明天在家吗？
Giám đốc mai có ở nhà không ạ?

先生、私のことを覚えていらっしゃいますか。
Do you remember me, sir?
老师，您还记得我吗？
Thầy còn nhớ em không ạ?

0900

いらっしゃる②
go / come
去；来
đi / đến

社長、これから、どちらへいらっしゃるのですか。
President, where will you be going now?
总经理，您接下来要去哪儿？
Giám đốc định đi đâu vậy ạ?

社長、お客様がいらっしゃいました。
President, a customer has come.
总经理，有客人来了。
Thưa giám đốc, khách đã đến rồi ạ.

0901 **おいでになる**
come
来
đến

初めて日本においでになったのは、いつですか。
When did you first come to Japan?
您第一次来日本是什么时候?
Lần đầu ông đến Nhật là khi nào ạ?

0902 **おっしゃる**
say
说
nói

先生は「卒業おめでとう」とおっしゃいました。
My teacher said, "Congratulations on graduating."
老师说："祝你们毕业快乐。"
Giáo viên đã nói: "Chúc mừng các em đã tốt nghiệp".

0903 **なさる**
do, play
做、玩
làm, chơi

部長はゴルフをなさいますか。
General Manager, do you play golf?
部长，您打高尔夫球吗?
Trưởng phòng có chơi gôn không ạ?

0904 **めしあがる**
召し上がる
have, eat, drink
吃、喝
dùng , ăn, uống

先生は、もうお昼を召し上がりましたか。
Sir, have you already eaten lunch?
老师，您吃过午饭了吗?
Thầy đã dùng bữa trưa chưa ạ?

0905 **くださる**
下さる
give (me)
给(我)
cho, tặng (mình)

先生が、この本を下さいました。
My teacher gave me this book.
老师给了我这本书。
Thầy đã tặng tôi quyển sách này.

0906 **ごぞんじです**
ご存じです
know
知道
biết

部長、３Ａ銀行の山田さんをご存じですか。
General Manager, do you know Mr. Yamada at 3A Bank?
部长，您认识3A银行的山田吗?
Trưởng phòng có biết anh Yamada của ngân hàng 3A không ạ?

0907 **ごらんになる**
ご覧になる
see
看
xem

昨日のサッカーの試合をご覧になりましたか。
Did you see yesterday's soccer match?
您有没有看昨天那场足球比赛?
Anh có xem trận bóng đá hôm qua không ạ?

0908 **おる** be 在 ở, đang, còn	**昨日(きのう)は雨(あめ)でしたので、一日家(いちにちいえ)におりました。** As it rained yesterday, I was in the house all day. 昨天下雨，所以我一整天都在家中。 Hôm qua trời mưa nên em ở nhà cả ngày ạ. **３年前(さんねんまえ)から京都(きょうと)に住(す)んでおります。** I have lived in Kyoto for three years. 我从３年前开始就一直住在京都。 Tôi sống ở Kyoto được 3 năm rồi.
0909 **まいる** **参る** go / come 去；来 đi / đến	**妻(つま)と旅行(りょこう)に参(まい)りますので、休(やす)ませてください。** I'm going on a trip with my wife, so please let me take some time off. 我和我的妻子要去旅行，请您准假。 Tôi sẽ đi du lịch cùng vợ nên xin phép nghỉ ạ. **主人(しゅじん)はすぐ参(まい)りますから、ここでお待(ま)ちください。** My husband will come soon, so please wait here. 我的丈夫马上就来，请您稍等。 Chồng tôi sẽ đến ngay nên anh vui lòng đợi ở đây ạ.
0910 **もうしあげる** **申し上げる** tell 说、表示 nói	**ご出席(しゅっせき)の皆様(みなさま)に、お礼(れい)を申(もう)し上(あ)げます。** I would like to thank everyone who has attended. 向出席的各位贵宾致以谢意。 Xin cảm ơn quý vị đã đến tham dự.
0911 **もうす** **申す** tell 说 nói	**兄(あに)が帰(かえ)れと申(もう)しますので、一度(いちど)、国(くに)へ帰(かえ)ります。** My older brother has told me to come home, so I will return to my country. 我哥哥让我回去，所以我要回国一趟。 Anh của em bảo về nên em sẽ về nước một lần ạ.
0912 **いたす** **致す** do 做 làm	**残(のこ)った仕事(しごと)は、私(わたし)が明日(あす)までに致(いた)します。** I will do the remaining work by tomorrow. 剩下的工作我会在明天之前做完。 Tôi sẽ làm những việc còn tồn đọng trước ngày mai ạ.
0913 **いただく①** have, eat, drink 吃、喝 dùng, ăn, uống	**ごちそうさまでした。もう十分(じゅうぶん)にいただきました。** Thank you for the meal. I have had my fill. 多谢您的款待，我已经吃得很饱了。 Cảm ơn anh đã đãi tôi. Tôi ăn uống thỏa thuê rồi.
0914 **いただく②** **頂く** receive 得到、受领 nhận	**部長(ぶちょう)から旅行(りょこう)のお土産(みやげ)を頂(いただ)きました。** I received a souvenir of the trip from the general manager. 我收到了部长送的旅游纪念品。 Tôi nhận được quà đi du lịch từ trưởng phòng.

0915 **うかがう①** **伺う** hear, ask 听、询问 nghe, hỏi	**先生から学生のころの話を伺いました。** I heard from my teacher about his student days. 我从老师那听说了他学生时代的事情。 Tôi đã được nghe giáo viên kể chuyện thời sinh viên.
0916 **うかがう②** **伺う** visit 拜访 đi thăm	**クラスの皆で先生のお宅に伺いました。** Everyone in class visited our teacher's house. 我们全班一起拜访了老师的家。 Tôi cùng cả lớp đến nhà thăm cô giáo.
0917 **さしあげる** **差し上げる** give 敬赠、呈送 biếu, tặng	**卒業式の日、先生に花を差し上げました。** On the day of the graduation ceremoney, I gave my teacher flowers. 毕业典礼那天，我给老师送了花。 Vào ngày lễ tốt nghiệp, tôi đã tặng hoa cho giáo viên.
0918 **はいけんする** **拝見する** look 看 xem	**ご家族の写真ですね。拝見してもいいですか。** This is a family photo? May I have a look? 这是您的全家福吧。我可以看看吗? Ảnh chụp gia đình anh à? Tôi xem được không ạ?
0919 **でございます** be 是、为 là	**お客様のお部屋は３０１でございます。** Your room is 301. 您的房间是 301。 Phòng nghỉ của quý khách là phòng 301 ạ.

挨拶（あいさつ）

Greetings
寒暄语
Chào hỏi

0920

いってきます
行ってきます
I'm going.
我出门了
câu chào khi ra khỏi nhà

「行ってきます」「雨よ。傘、持った？」
"I'm going." "It's raining. You got an umbrella?"
"我出门了。""在下雨呢。带伞了吗？"
"Con đi đây." "Đang mưa đó. Cầm dù chưa?"

0921

いってらっしゃい
行ってらっしゃい
Have a good day.
一路平安
câu chào của người ở lại

行ってらっしゃい。気を付けてね。
Have a good day. Take care.
一路平安，注意安全。
Con đi đi. Cẩn thận nhé!

0922

ただいま
I'm home.
我回来了
câu chào khi về nhà

ただいま。ああ、疲れた。
I'm home. Oh, I'm tired.
我回来了。哎呀，我累了。
Con về rồi đây. Ôi mệt quá!

0923

おかえりなさい
お帰りなさい
Welcome home.
欢迎回家
câu chào của người đang ở nhà

お帰りなさい。学校、楽しかった？
Welcome home. Did you enjoy school?
欢迎回家，在学校过得愉快吗？
Con về rồi à. Đi học vui không?

0924

おさきにしつれいします
お先に失礼します
Excuse me, I'm going.
我先告辞了
Xin phép về trước.

先輩、お先に失礼します。
Excuse me, I have to go now.
前辈，我先走了。
Tiền bối, em xin phép về trước ạ.

0925

バイバイ
Bye bye.
拜拜、再见
Bái bai.

今日は楽しかった。またね。バイバイ。
I had a good time today. See you. Bye bye.
今天真开心。再见啦，拜拜。
Hôm nay chơi vui quá. Hẹn gặp lại. Bái bai!

0926

（では、）おげんきで
（では、）お元気で
Keep well.
请多保重
(Thôi) Bảo trọng nhé!

では、お元気で。また会いましょう。
Well then, keep well. See you again.
请多保重，下次再见。
Thôi, anh bảo trọng nhé! Hẹn gặp lại.

0927

(どうぞ) おだいじに
(どうぞ) お大事に

Please get well soon.
(对病人) 请保重身体
(Xin) Hãy giữ gìn sức khỏe.

「風邪(かぜ)で学校(がっこう)を休(やす)みます」「どうぞお大事(だいじ)に」
"I'll be absent from school because of a cold." "Please get well soon."
"我因感冒向学校请假了。" "请保重身体。"
"Tôi nghỉ học vì bị cảm." "Xin hãy giữ gìn sức khỏe!"

0928

おめでとうございます

Congratulations.
恭喜、祝贺
Xin chúc mừng.

100歳(ひゃくさい)のお誕生日(たんじょうび)、おめでとうございます。
Congratulations on your 100th birthday.
祝您百岁生日快乐。
Xin chúc mừng ông nhân sinh nhật 100 tuổi.

0929

おかげさまで

Fortunately
托您的福
Nhờ ơn trên.

「ご家族(かぞく)はお元気(げんき)ですか」「はい、おかげさまで」
"Is your family well?" "Yes, fortunately."
"您的家人都还好吗？" "都好，托您的福。"
"Gia đình anh vẫn khỏe chứ ạ?" "Vâng, nhờ ơn trên."

0930

ごめんなさい

I'm sorry.
对不起
Xin lỗi.

ママ、ごめんなさい。コップ、割(わ)っちゃった。
Mummy, sorry. I've broken a cup.
妈妈，对不起。我不小心把杯子打碎了。
Mẹ ơi con xin lỗi. Con làm vỡ cốc rồi.

0931

もうしわけありません
申し訳ありません

I'm very sorry.
对不起
Xin thứ lỗi.

会議(かいぎ)に遅(おく)れて、申(もう)し訳(わけ)ありません。
I'm very sorry to be late to the meeting.
对不起，我开会迟到了。
Xin thứ lỗi vì tôi đi muộn giờ họp.

0932

しつれいしました
失礼しました

I'm sorry.
抱歉、失敬
Thất lễ quá.

(映画館(えいがかん)で自分(じぶん)の席(せき)に他(ほか)の人(ひと)が座(すわ)っている)「そこ、私(わたし)の席(せき)ですけど……」「あ、すみません。失礼(しつれい)しました」
(In a movie theater and someone else is in your seat) "I think that's my seat..." "Oh, excuse me. I'm sorry."
(电影院的座位被别人坐了)"这是我的座位……" "呀，对不起，抱歉了。"
(Người khác đang ngồi ở chỗ của mình trong rạp phim) "Chỗ đó là của tôi đấy ạ..." "A, xin lỗi. Thất lễ quá!"

0933

しつれいします
失礼します

Excuse me.
失陪一下；失礼了
Xin phép ạ.

すみません。電話(でんわ)なので、ちょっと失礼(しつれい)します。
I'm sorry. It's the phone, so excuse me for a moment.
对不起，我有个电话要接，失陪一下。
Xin lỗi. Có điện thoại nên tôi xin phép đi nghe ạ.

「どうぞ座(すわ)ってください」「では、失礼(しつれい)します」
"Please sit down." "Then, excuse me."
"请坐。" "谢谢，失礼了。"
"Xin mời ngồi." "Vâng, tôi xin phép ạ."

0934

むりしないでください
無理しないでください
Don't overdo it.
请不要太勉强
Đừng làm quá sức mình.

仕事が忙しくても、無理しないでくださいね。
Even if you are busy, don't overdo it.
即使工作再忙，也不要太勉强啊。
Dù công việc bận mấy đi nữa cũng đừng làm quá sức mình nhé!

0935

おまたせしました
お待たせしました
Thank you for waiting.
您久等了
Xin lỗi đã để ~ đợi.

お待たせしました。今から説明会を始めます。
Thank you for waiting. We will start the briefing session now.
各位久等了，说明会现在开始。
Xin lỗi đã để các bạn đợi lâu. Bây giờ chúng ta sẽ bắt đầu buổi hướng dẫn.

0936

よくいらっしゃいました
It's good of you to come.
欢迎您来
Chào mừng ~ đã đến.

よくいらっしゃいました。お入りください。
It's good of you to come. Please come in.
欢迎您来，请进。
Chào mừng anh đã đến. Xin mời vào!

0937

かしこまりました
Understood.
我知道了
Tôi hiểu rồi ạ.

明日６時のご予約ですね。かしこまりました。
It's a reservation for six o'clock tomorrow, right? Understood.
您预定的是明天6点对吧。我知道了。
Quý khách đặt chỗ 6 giờ ngày mai ạ. Tôi hiểu rồi ạ.

0938

かまいません
I don't mind.
没关系、不要紧
Không vấn đề gì.

「返事は明日でいいですか」「かまいません」
"Is it okay to reply tomorrow?" "I don't mind."
"明天答复您可以吗？""没问题。"
"Ngày mai tôi trả lời được không?" "Không vấn đề gì."

0939

こちらこそ
not you, but I
彼此彼此
Là tôi mới phải.

「お世話になります」「こちらこそ、よろしく」
"Thank you in advance for your help." "On the contrary, thank you."
"承蒙您的照顾。""彼此彼此，请多多关照。"
"Xin nhờ anh giúp đỡ." "Người nhờ là tôi mới phải."

0940

それはいけませんね
That's too bad.
这样下去可不行
Vậy thì tệ quá!

「熱が下がらなくて……」「それはいけませんね」
"My temperature hasn't gone down..." "That's too bad."
"烧退不下去……""这样下去可不行啊。"
"Vẫn chưa hạ sốt..." "Vậy thì tệ quá!"

0941

(いいえ、)どういたしまして
(No) you're welcome.
（没什么）别客气
(Không) Không có chi.

「ありがとうございます」「どういたしまして」
"Thank you." "You're welcome."
"谢谢你。""不客气。"
"Xin cảm ơn." "Không có chi."

感動詞（かんどうし）

Interjections
感叹词
Thán từ

0942 **あ** oh 呀 a	あ、今日（きょう）はお母（かあ）さんの誕生日（たんじょうび）だ。 Oh, today is my mum's birthday. "呀，今天是妈妈的生日。" A, hôm nay là sinh nhật mẹ.
0943 **うん** yeah 嗯 ừ	「牛乳（ぎゅうにゅう）を買（か）ってきてくれる？」「うん、いいよ」 "Can you buy me some milk?" "Yeah, okay." "你能帮我买点牛奶回来吗？""嗯，好的。" "Mua sữa dùm nhé!" "Ừ, mình sẽ mua."
0944 **おや** oh 咦 ồ, chà	おや、電気（でんき）がついている。誰（だれ）かいるのかな。 Oh, the lights are on. I wonder if anyone is there. 咦，灯开着。是不是有人在呀？ Ồ, đèn đang sáng. Có ai trong đó vậy cà?
0945 **なるほど** I see. 噢、原来如此 ra vậy	「社長（しゃちょう）、この機械（きかい）を使（つか）えば、もっと生産（せいさん）できます」「なるほど、確（たし）かにそうだね」 "President, if we use this machine, we can produce more." "I see, that's certainly true." "总经理，如果我们使用这台机器，就能进一步提高生产。""噢，确实如此。" "Giám đốc, nếu dùng loại máy này thì ta sẽ sản xuất được nhiều hơn." "Ra vậy, đúng như cậu nói nhỉ."

読んでみよう９

具合はいかがですか

南：**あ**、森さん。

森：**あ**、課長、起こしてしまいましたか。

　　申し訳ありません。

南：いいえ、**こちらこそ**、気が付かなくて

　　ごめんなさい。いつ**いらっしゃった**の？

森：今、来たところです。具合はいかがですか。

南：**おかげさまで**、だいぶよくなりましたよ。

森：そうですか。それはよかったです。でも、**無理なさらないでください**ね。

　　あ、これ、会社のみんなからのお見舞いです。果物なら**召し上がれる**かと思って……。

南：おいしそう。じゃあ、夕食のあとで**いただきます**。ありがとう。

森：中村さんも、お見舞いに**伺いたい**と言っていたんですけど、今日はちょっと用事があって……。

南：皆さんに心配を掛けてしまって、**ごめんなさい**。

森：いいえ。部長も、「仕事のことは心配しないで、ゆっくり休んで」と、**おっしゃって**いました。

南：ありがとう。

森：それじゃあ、そろそろ帰ります。元気なお顔を**拝見して**、安心しました。**どうぞお大事に**。

南：ありがとう。皆さんに、よろしく伝えてください。

How are you?

Minami: Oh, Ms. Mori.
Mori: Oh, Manager. Have I woken you up? I'm very sorry.
Minami: No, on the contrary, I'm sorry for not noticing you're here. When did you get here?
Mori: I've just come. How are you feeling?
Minami: Fortunately, I've improved a lot.
Mori: Is that so? That's good. But please don't overdo it.
Oh, this is from everyone in the company. We thought you would be able to eat fruit...
Minami: Looks delicious. Well, I'll have some after dinner. Thank you.
Mori: Ms. Nakamura said she also wanted to visit today, but she has business to attend to…
Minami: I'm sorry for worrying everyone.
Mori: No. The general manager also said, "Not to worry about work, but to rest."
Minami: Thank you.
Mori: Well, then, it's about time I went home. I'm relieved to see you looking cheerful. Please take care of yourself.
Minami: Thank you. Please give my regards to everyone.

您感觉怎么样？

南：呀，小森。
森：哎呀，科长，我是不是把您吵醒了？抱歉。
南：没有，我才应该说抱歉，对不起没注意到你。你什么时候来的呀？
森：我刚到。您感觉怎么样了？
南：托你的福，已经好了很多了呢。
森：是吗，那真是太好了。不过，也请您不要勉强自己哦。
对了，这是公司里大家准备的慰问品。我们觉得水果您应该能吃……
南：看起来很好吃。那我就在晚饭后吃吧。谢谢。
森：中村也说想来看望您，但今天稍微有点事……
南：真对不起，让大家担心了。
森：没有的事。部长也说了："别担心工作的事，好好休息"。
南：谢谢。
森：那我差不多该回了。看到您精神矍铄的样子我就放心了。请多多保重。
南：谢谢。请代我向大家问好。

Trưởng nhóm thấy trong người thế nào ạ?

Minami: A, cô Mori.
Mori: A, tôi đã làm Trưởng nhóm thức giấc ạ? Xin thứ lỗi.
Minami: Không đâu, tôi không để ý nên là người xin lỗi mới đúng. Cô đến lúc nào vậy?
Mori: Tôi vừa đến tức thì. Trưởng nhóm thấy trong người thế nào ạ?
Minami: Nhờ ơn trên, tôi đã khỏe lên nhiều rồi.
Mori: Vậy ạ? Tốt quá rồi. Nhưng Trưởng nhóm đừng cố gắng quá sức nhé!
À, đây là quà thăm bệnh của mọi người trong công ty. Là trái cây nên chắc Trưởng nhóm dùng được
Minami: Nhìn ngon quá. Vậy tôi sẽ dùng sau bữa tối. Cảm ơn.
Mori: Nakamura cũng nói muốn đến thăm Trưởng nhóm nhưng hôm nay lại có chút việc bận…
Minami: Xin lỗi vì đã làm mọi người lo lắng.
Mori: Không đâu. Trưởng phòng cũng bảo: "Cứ thoải mái nghỉ ngơi, không cần lo chuyện công việc" đấy ạ.
Minami: Cảm ơn.
Mori: Thôi, đến lúc tôi phải về rồi. Được nhìn thấy sắc mặt khỏe khoắn của Trưởng nhóm vậy tôi yên tâm rồi. Xin hãy giữ gìn sức khỏe!
Minami: Cảm ơn nhé. Cho tôi gửi lời thăm mọi người luôn.

ご連絡をお待ちしています

✉From：イ　テギョン　　To：木村　花子様

Date：20XX/XX/XX

Subject：Re：来月ソウルへ行きます

木村様

お返事を**差し上げる**のが遅くなって、**失礼しました**。仕事で中国へ行って**おりまして**、ゆうべ、帰りました。

来月、お仕事でソウルへ**いらっしゃる**そうですね。大変うれしいです。空港までお迎えに**参ります**ので、飛行機の時間が決まったら、お知らせください。
もし、お時間があれば、昌徳宮などにご案内します。

それから、母が、木村さんを家にご招待したいと**申しております**。私が日本でお世話になったことの、お礼を**申し上げたい**そうです。母が作る韓国の家庭料理を、ぜひ**召し上がって**ください。私は、お正月に木村さんの**お宅**で**いただいた**お料理のおいしさが、忘れられません。

木村さんは、今も韓国語の勉強を**なさって**いますか。私は、日本語が前よりも下手になりました。木村さんが**おいでになる**ときまでに、復習しておきます。

それでは、ご連絡をお待ちしています。

イ　テギョン

* 昌徳宮　An old royal palace in Korea　韩国古代皇宫　hoàng cung cũ của Hàn Quốc

I'm looking forward to hearing from you

From: Lee Taecyeon　To: Ms. Kimura Hanako　Date: XX/XX/20XX
Subject: Re: Visit to Seoul next month

Dear Ms. Kimura

I'm sorry for the late reply. I went to China for work and came back last night.

You're coming to Seoul for work next month. I am very pleased to hear this. I will pick you up at the airport, so please let me know the flight time when it is decided.
If you have time, I can take you to places like Changdeokgung Palace.

After that, my mother wants to invite you to our house. She would like to thank you for taking care of me in Japan. Please enjoy my mother's home-cooked Korean food. I will never forget the deliciousness of the food I had at Ms. Kimura's house on New Year's Day.

Ms. Kimura, are you still studying Korean? I am not as good at Japanese as I was. I must go over it again until you arrive.

I'm looking forward to hearing from you.

Lee Taecyeon

期待您的联系

From：李 泽演　To：木村 花子女士　Date：20XX/XX/XX
Subject：Re：我下个月要去首尔

木村女士

回信迟了，很抱歉。我因工作去了中国，昨晚才回。

您下个月要来首尔工作，是吗？我太高兴了。我届时到机场接您，所以，如果航班时间定下了的话，请告诉我。
如果有时间的话，我带您看看昌德宫之类的地方。

另外，我的母亲说想请您到家里做客。我在日本承蒙您的照顾了，母亲想借此表示对您的感谢。请您务必来尝尝我的母亲做的韩国家常菜。新年那天在您家吃到的美味佳肴让我难忘。

您现在还在学习韩语吗？我的日语没有以前好了。在您到来之前，我会事先复习一下的。

那么，我就静候您的联系了。

李 泽演

Tôi đợi liên lạc của chị

From: Lee Taecyeon　To: Chị Kimura Hanako　Date: XX/XX/20XX
Subject: Re: Tháng sau tôi sẽ đi Seoul

Kính gửi chị Kimura

Hồi âm muộn thế này tôi thật là thất lễ quá. Tôi đi công tác Trung Quốc, vừa về tối qua.

Chị nói tháng sau sẽ đi Seoul công tác ạ. Tôi vui quá. Tôi sẽ ra sân bay đón chị nên khi nào biết giờ bay xin hãy báo cho tôi.
Nếu có thời gian, tôi sẽ đưa chị đến những nơi như cung điện Changdeokgung v.v.

Ngoài ra, mẹ tôi cũng nói muốn mời chị Kimura đến nhà chơi. Bà bảo muốn nói lời cảm ơn vì chị đã giúp đỡ tôi lúc tôi còn ở Nhật. Rất mong chị thưởng thức các món ăn gia đình của Hàn Quốc do mẹ tôi nấu ạ. Tôi vẫn nhớ mãi vị ngon của các món ăn đã được dùng ở nhà chị Kimura vào dịp Tết.

Chị Kimura bây giờ còn học tiếng Hàn không ạ? Tiếng Nhật của tôi hiện giờ đã tệ hơn so với lúc trước rồi. Tôi sẽ ôn luyện lại từ giờ cho đến lúc chị Kimura sang.

Thôi chào chị. Tôi đợi liên lạc của chị.

Lee Taecyeon

接辞（せつじ）

Prefixes and Suffixes
接头词 / 接尾词
Phụ tố

0946 **お〜** (polite prefix) (表示礼貌的接头词) (phụ tố thể hiện sắc thái trang trọng)	お手紙（てがみ）　お電話（でんわ）
0947 **ご〜** (polite prefix) (表示礼貌的接头词) (phụ tố thể hiện sắc thái trang trọng)	ご意見（いけん）　ご案内（あんない）
0948 **〜さま** **〜様** Mr. / Ms. 〜先生、〜女士 ngài ~, bà ~	お客様（きゃくさま）　田中様（たなかさま）
0949 **〜くん** **〜君** A more friendly way of saying "〜さん" (比"〜さん"更亲切的称呼方法) (cách gọi hàm ý thân mật hơn "さん")	山田君（やまだくん）　タワポン君（くん）
0950 **〜ちゃん** A more friendly way of saying "〜さん" (比"〜さん"更亲切的称呼方法) (cách gọi hàm ý thân mật hơn "さん")	おばあちゃん　しずかちゃん
0951 **〜や** **〜屋** ~ store 〜店 tiệm ~	パン屋（や）　ふろ屋（や）
0952 **〜だい** **〜代** ~ bill 〜费用 tiền ~	食事代（しょくじだい）　電話代（でんわだい）

0953 **～いん** **～員** ~ employee ～员工 nhân viên ~	駅員(えきいん)　会社員(かいしゃいん)
0954 **～か** **～家** -ist / ian ～家 nhà ~	音楽家(おんがくか)　小説家(しょうせつか)
0955 **～かい** **～会** ~ meeting ～会 hội ~, buổi ~	研究会(けんきゅうかい)　説明会(せつめいかい)
0956 **～しき** **～式** ~ ceremony ～典礼、～仪式 lễ ~	入学式(にゅうがくしき)　結婚式(けっこんしき)
0957 **～かた** **～方** how to ~ ～的方法 cách ~	作(つく)り方(かた)　使(つか)い方(かた)
0958 **～がわ** **～側** side ～侧、～边 phía ~	南側(みなみがわ)　窓側(まどがわ)
0959 **～じゅう①** **～中** whole ~ (空间)～里、～内 trong ~	家中(いえじゅう)　体中(からだじゅう)
0960 **～じゅう②** **～中** all / during ~ (时间)整～、整个～ suốt ~	一日中(いちにちじゅう)　夏休(なつやす)み中(じゅう)

0961	**～すぎ①** past ~ 过了~、~多 hơn ~	6時すぎ　50すぎ
0962	**～せい** **～製** made in ~ ~制造 sản xuất tại ~	アメリカ製　日本製
0963	**～ちゅう** **～中** in the middle ~ (时间)~中、正在~ đang ~	授業中　仕事中
0964	**～さ** (turns an adjective into a noun) (将形容词名词化的结尾词) độ ~, sự ~	大きさ　大切さ
0965	**～はん** **～半** ~ and a half ~半 ~ rưỡi	１年半　３か月半
0966	**～め** **～目** (indicates an ordinal number) 第~ cái thứ ~, lần thứ ~	２つ目　６回目
0967	**～やすい** easy to ~ 便于~、容易~ dễ ~	①食べやすい　使いやすい ②間違えやすい　割れやすい
0968	**～にくい** difficult to ~ 难以~、不易~ khó ~	①覚えにくい　飲みにくい ②壊れにくい　乾きにくい

0969 **～はじめる** **～始める** begin to ~, start to ~ 开始~ bắt đầu ~	**習(なら)い始(はじ)める　咲(さ)き始(はじ)める** **３月(さんがつ)なのに、もう桜(さくら)が咲(さ)き始(はじ)めました。** Though it's only March, the cherry blossoms have begun to bloom. 明明才3月，樱花已经开始绽放了。 Mới tháng 3 mà anh đào đã bắt đầu nở rồi.
0970 **～だす** begin to ~, start to ~ ~起来 bắt đầu ~	**歩(ある)きだす　降(ふ)りだす** **空(そら)が暗(くら)くなって、雨(あめ)が降(ふ)りだしました。** The sky became dark, and it started to rain. 天空渐暗，下起了雨。 Trời tối sầm, mưa bắt đầu trút xuống.
0971 **～おわる** **～終わる** finish -ing ~完 ~ xong	**食(た)べ終(お)わる　読(よ)み終(お)わる** **１日(いちにち)で長(なが)い小説(しょうせつ)を読(よ)み終(お)わりました。** I finished reading a long novel in a day. 用一整天看完了一本长篇小说。 Tôi đã đọc xong cuốn tiểu thuyết dài trong 1 ngày.
0972 **～つづける** **～続ける** keep -ing 继续~、一直~ tiếp tục ~, ~ suốt	**話(はな)し続(つづ)ける　走(はし)り続(つづ)ける** **電話(でんわ)で友達(ともだち)と２時間(にじかん)も話(はな)し続(つづ)けました。** I kept talking to my friend on the phone for as long as two hours. 和朋友在电话里连着聊了整整2个小时。 Tôi đã nói chuyện qua điện thoại với bạn suốt 2 tiếng.
0973 **～すぎる** **～過ぎる** too ~ 过于~、太~ ~ quá mức	**多(おお)過(す)ぎる　食(た)べ過(す)ぎる** **毎日(まいにち)、宿題(しゅくだい)が多(おお)過(す)ぎて、大変(たいへん)です。** I have too much homework every day. It's hard. 我每天作业太多了，很辛苦。 Ngày nào bài tập về nhà cũng nhiều quá mức, vất vả lắm.
0974 **～すぎ②** **～過ぎ** too ~, over ~ ~过头、过分 ~ quá độ	**痩(や)せ過(す)ぎ　働(はたら)き過(す)ぎ**
0975 **～がる** want to ~ 想~ muốn ~, thích ~	**食(た)べたがる　欲(ほ)しがる** **小学生(しょうがくせい)の息子(むすこ)はスマホを欲(ほ)しがっています。** My primary school son wants a smartphone. 上小学的儿子想要一部手机。 Đứa con trai đang học cấp 1 của tôi muốn có điện thoại thông minh.

0976

～がくぶ
～学部
~ department
～系
khoa ~

きょういくがくぶ　けいざいがくぶ
教育学部　経済学部

0977

～きょうしつ
～教室
~ class
～培训班、～课
lớp ~

えいごきょうしつ　りょうりきょうしつ
英語教室　料理教室

0978

～だて
～建て
~ building
～的建筑
xây ~ (chỉ kiểu nhà)

ごかいだ　にじゅっかいだ
５階建て　２０階建て

0979

～く
～区
~ ward
～区
quận ~

しんじゅくく　とうきょうにじゅうさんく
新宿区　東京２３区

0980

～ちょう／～まち
～町
~ town
～镇
phường ~

ゆうらくちょう　おおてまち
有楽町　大手町

数字・助数詞（すうじ・じょすうし）

Numbers and Counter Words
数字与数量词
Số và trợ số từ

0981	れい 零	zero 零 số 0
0982	おく 億	hundred million 亿 trăm triệu
0983	～パーセント ～%	~ percent 百分之~ ~ phần trăm
0984	～センチ（センチメートル） ～cm	~ centimeter ~厘米 ~ cm
0985	～メートル ～m	~ meter ~米 ~ mét
0986	～キロ（キロメートル） ～km	~ kilometer ~千米 ~ km
0987	～グラム ～g	~ gram ~克 ~ gram
0988	～キロ（キログラム） ～kg	~ kilogram ~千克 ~ kilogram
0989	～へいほうメートル ～m^2	~ square meter ~平方米 ~ m^2

0990	～リットル ～L／ℓ	~ liter ～升 ~ l
0991	～ど ～度	~ degree ～度 ~ độ
0992	～かげつ ～か月	~ month ～个月 ~ tháng
0993	～つき ～月	~ month ～个月 ~ tháng
0994	～けん ～軒	counter for houses ～家、～户 ~ căn nhà
0995	～さつ ～冊	counter for books ～本 ~ quyển
0996	～だい ～台	counter for machines, cars ～台、～张、～架 ~ chiếc xe, ~ cái máy
0997	～ひき ～匹	counter for small animals ～只、～头 ~ con
0998	～ばい ～倍	~ times ～倍 gấp ~ lần
0999	～ばんせん ～番線	track number ~, platform ~ ～号月台 đường ray số ~

1000	～ちょうめ・～ばん／ばんち・～ごう **～丁目・～番／番地・～号**	block ~, number ~ / address, number ~ 第~街道 / ~号门牌 / 第~号 khu phố ~, nhà số ~, phòng số ~

付録 Appendix 附录 Phụ lục

身近な行政機関といろいろな手続き

Various procedures with government agencies
身边的行政机关与各种手续 Cơ quan hành chính thường gặp và các loại thủ tục

入管（地方出入国在留管理局）

Immigration Bureau (Regional Immigration Bureau) 入境管理局（各地出入国在留管理局）
Cục Nhập cảnh (Cục Quản lý xuất nhập cảnh và lưu trú địa phương)

一時帰国の手続きをしたり、アルバイトをするための資格外活動許可をもらったりする

The office where you go through procedures for temporary return to your country or obtaining permission to do an activity outside the range of your visa status like part-time work.

办理临时回国的手续、获取打工等资格外活动的许可等。

Làm thủ tục về nước tạm thời, nhận giấy phép hoạt động ngoài tư cách lưu trú để đi làm thêm v.v.

市役所・区役所・町役場・村役場

city hall, ward office, town hall, village hall 市政府/区政府/镇公所/村公所
ủy ban thành phố, ủy ban quận, trụ sở thị trấn, trụ sở thôn

転入届を出したり、国民健康保険証を作ってもらったりする

The place where you submit a notification of moving in (to the area) or have a national health insurance card issued.

提交入住手续文件、办理国民健康保险证等。

Nộp đơn chuyển đến, làm và nhận thẻ bảo hiểm y tế v.v.

警察署 police station 警察局 sở cảnh sát

消防署 fire station 消防局 sở cứu hỏa

保健所 保健センター public health center 卫生所/卫生中心 trạm y tế, trung tâm y tế

覚えておきたい言葉

パスポート
passport 护照 hộ chiếu

転入届
Notification of moving in 入住手续文件 đơn chuyển đến

在留カード
residence card 在留卡 thẻ lưu trú

税金
tax 税 thuế

健康保険
health insurance 健康保险 bảo hiểm y tế

マイナンバー
Individual Number 个人编号
Mã số Cá nhân

具合が悪くなったとき

When you feel ill

身体感到不适时　Khi trong người không khỏe

病院（医院、クリニック）へ行きます。

Go to a hospital (clinic).　去医院（诊所）。

đi bệnh viện (phòng mạch, phòng khám)

薬は、薬局で出してもらいます。

Receive medicine at the pharmacy.　在药店处可以开药品。

Thuốc sẽ được phát ở nhà thuốc.

●具合が悪いところはどこですか。どこへ行きますか。

おなかが痛い have a stomachache　肚子疼　đau bụng **熱がある** have a fever　发烧　bị sốt **せきが出る** have a cough　咳嗽　bị ho **喉が痛い** have a sore throat　喉咙痛　đau họng	**内科** internal medicine　内科　khoa Nội
けがをした be hurt/injured　受伤了　bị thương	**外科** surgery　外科　khoa Ngoại
腰や膝が痛い back/knees hurt　腰、膝盖疼痛　đau hông hay đầu gối	**整形外科** orthopedics　整形外科　khoa Chỉnh hình
体がかゆい have an itchy body　全身发痒　bị ngứa cả người **やけどをした** got burned　烧伤了　bị bỏng	**皮膚科** dermatology　皮肤科　khoa Da liễu
耳が痛い have earache　耳朵疼　đau tai **鼻の調子が悪い** have something wrong with one's nose　鼻子不舒服　mũi có vấn đề	**耳鼻咽喉科** otorhinolaryngology, ENT　耳鼻喉科　khoa Tai mũi họng

○他に眼科（ophthalmology　眼科　khoa Mắt）、産婦人科（obstetrics and gynecology　妇科　khoa Phụ sản）、小児科（pediatrics　儿科　khoa Nhi）、歯科（dentistry　牙科　khoa Nha）など。

○夜や休みの日に開いている病院もあります。

覚えておきたい言葉

健康保険証 health insurance card　健康保险证　thẻ bảo hiểm y tế

診察券 patient registration card　挂号单　thẻ khám chữa bệnh

お薬手帳 medical records　用药记录手册　sổ tay sử dụng thuốc

処方箋 prescription　处方笺　đơn thuốc

災害（地震・台風・大雨）から身を守る

Protecting yourself in a disaster (earthquake, typhoon, heavy rain)

在灾害（地震、台风、暴雨）中保护自己　Bảo vệ bản thân khỏi thiên tai (động đất, bão, mưa lớn)

地震が起きたら

①安全を確保しましょう。

Protect yourself in a safe place.　请确保自身安全。

Hãy bảo đảm an toàn.

②正確な情報を知りましょう。

Get accurate information.　请获取准确的信息。

Hãy nắm những thông tin chính xác.

震度は、どのくらい揺れたかを表して、0から7まであります。

Shindo, or earthquake intensity, indicates the strength of an earthquake and ranges from 0 to 7.

地震烈度表示摇晃的程度，有0级至7级。

Cường độ địa chấn có từ mức 0 đến 7, thể hiện mức độ rung lắc.

震度６の地震

③大きい地震のときは、避難所・避難場所へ行きましょう。

In the event of a big earthquake, go to an evacuation area/shelter.

发生大地震时，请前往避难所/避难处。

Khi xảy ra động đất lớn, hãy đến những địa điểm trú ẩn, nơi tránh nạn.

「津波警報」「津波注意報」が出たら、すぐ高い所に逃げましょう。

When there is a "tsunami warning" or "tsunami advisory", escape to higher ground immediately.

如遇发布"海啸警报""海啸预警"，请迅速往高处逃生。

Khi có "cảnh báo sóng thần", "dự báo sóng thần", hãy lập tức đến chỗ cao.

＊大きい地震が来るまえに、緊急地震速報（earthquake early warning 地震预警　cảnh báo động đất khẩn cấp）が出ることもあります。

台風 typhoon 台风 bão・大雨 heavy rain 暴雨 mưa lớn

①テレビやネットで、正確な情報を知りましょう。

Get accurate information on TV or online.　请在电视或网络上获取准确信息。

Hãy nắm thông tin chính xác qua ti-vi hoặc mạng.

②「大雨警報」「大雨特別警報」や「避難指示」が出たら、できるだけ早く安全な場所に避難しましょう。

Evacuate to a safe place as soon as possible when a "heavy rain warning", "heavy rain special warning" or "evacuation order" is issued.

如遇发布"暴雨警报""特大暴雨警报"或"避难令"，请尽快前往安全场所避难。

Khi có "cảnh báo mưa lớn", "cảnh báo đặc biệt về mưa lớn" hay "chỉ thị sơ tán", cần di tản đến nơi an toàn càng sớm càng tốt.

●避難するときの持ち物

Things to take when you evacuate　避难时随身物品　vật mang theo khi đi tản

・お金、パスポート、在留カード、食べ物、水、懐中電灯など

覚えておきたい言葉

震度
earthquake intensity　地震烈度　cường độ địa chấn

津波
tsunami　海啸　sóng thần

警報
warning　警报　cảnh báo

避難指示
evacuation order　避难令、疏散令　chỉ thị sơ tán

避難する
evacuate　避难　sơ tán, di tản

大雨
heavy rain　暴雨　mưa lớn

洪水
flood　洪水　lũ lụt

停電
power outage　停电　sự cúp điện

断水
water outage　停水　sự cúp nước

事件・事故が起きたら

If an incident/accident occurs
如果发生了案件/事故　Khi xảy ra vụ việc, tai nạn

警察署（110番）
police station　警察局　sở cảnh sát

消防署（119番）
fire station　消防局　sở cứu hỏa

泥棒です！（住所）です。
I've been burgled. My address is ( ).
有小偷！我在（地址）。
Có trộm ở (địa điểm)!

火事です！（住所）です。
There's a fire. My address is ( ).
着火了！我在（地址）。
Có cháy ở (địa điểm)!

けが人です！救急車、お願いします。
Somebody's hurt. Ambulance, please.
有伤员！请叫救护车。
Có người bị thương! Làm ơn điều xe cấp cứu.

自分の住所を言えるようにしておきましょう！

覚えておきたい言葉

パトカー
patrol car　巡逻车　xe cảnh sát

消防車
fire engine　消防车　xe cứu hỏa

救急車
ambulance　救护车　xe cấp cứu

けが人
injured person　伤员　người bị thương

非常口
emergency exit　紧急出口　cửa thoát hiểm

ごみの出し方

How to put out garbage
如何扔垃圾　Cách đổ rác

●ごみの出し方には、ルールがあります。

There are rules concerning how to put out garbage.　日本有关于如何扔垃圾的规定。
Có quy định về cách đổ rác.

①ごみは、種類によって分けて出します。

Garbage should be separated according to type before being put out.　将垃圾分类后丢弃。
Rác được phân loại rồi mới đổ.

②ごみの種類によって出す日が決まっています。

The date of disposal depends on the type of garbage.　不同种类的垃圾有不同的指定丢弃日。
Ngày đổ rác được quy định tùy theo từng loại rác.

③決められた場所に出します。

Put it out in the designated place.　将垃圾放至指定地点。　Đổ rác đúng nơi đã quy định.

●４つのごみの種類　four types of garbage　4 种垃圾分类　4 loại rác

資源ごみ　recyclable garbage　可回收垃圾　rác tái chế được

瓶、缶、新聞、紙パック、雑誌、段ボール、ペットボトル、古い服

bottles, cans, newspaper, paper cartons, magazines, cardboard, PET bottles, old clothes　瓶子、罐头、报纸、纸盒、杂志、瓦楞纸、塑料瓶、旧衣服
chai lọ, hộp thiếc, báo, hộp giấy, tạp chí, thùng cạc-tông, chai nhựa, quần áo cũ

可燃ごみ　burnable garbage　可燃垃圾　rác đốt được

紙くず、破れた服、台所から出るごみ

waste paper, torn clothes, kitchen garbage　废纸、破衣服、厨房里产生的垃圾
giấy vụn, quần áo rách hoặc rách, rác thải ra từ nhà bếp

不燃ごみ　non-burnable garbage　不可燃垃圾　rác không đốt được

割れたコップや皿、ドライヤーなど小さい電気製品

broken cups and plates, small electical items like hair dryers
碎掉的杯子或盘子、吹风机等小型电器
cốc hay dĩa vỡ, thiết bị điện nhỏ như máy sấy tóc

粗大ごみ　oversized garbage　大型垃圾　rác cỡ lớn

要らない家具、要らない自転車

disused furniture, unwanted bicycles　不需要的家具、不需要的自行车
nội thất không dùng nữa, xe đạp không dùng nữa

注　市や町によって、分け方、種類の名前が違います。
　　あなたの住んでいる市や町のルールを守りましょう。

Note: What the garbage is called and the method of separating it will differ depending on the city or town. Follow the rules of the city or town you live in.
注　不同的市、镇会有不同的分类方法和类别名称。请遵守您所在市镇的规则。
Chú thích: Cách phân loại và tên từng loại rác khác nhau tùy theo thành phố, thị trấn. Hãy tuân thủ quy định của thành phố hay thị trấn bạn đang sống.

日本の祝日

Japanese National Holidays

日本的节日　Các ngày lễ ở Nhật Bản

1月1日	元日　New Year's Day　元旦　Ngày đầu năm
1月第2月曜日*	成人の日　Coming-of-Age Day　成人节　Ngày lễ thành nhân
2月11日	建国記念の日　National Foundation Day　建国纪念日　Ngày quốc khánh
2月23日	天皇誕生日　Emperor's Birthday　天皇诞辰纪念日　Sinh nhật Nhật Hoàng
3月21日頃	春分の日　Vernal Equinox Day　春分　Ngày xuân phân
4月29日	昭和の日　Shōwa Day　昭和之日　Ngày Chiêu Hoà (Showa)
5月3日	憲法記念日　Constitution Day　宪法纪念日　Ngày kỉ niệm hiến pháp
5月4日	みどりの日　Greenery Day　绿之日　Ngày xanh
5月5日	こどもの日　Children's Day　儿童节　Tết thiếu nhi
7月第3月曜日**	海の日　Marine Day　海之日　Ngày của biển
8月11日	山の日　Mountain Day　山之日　Ngày của núi
9月第3月曜日**	敬老の日　Respect-for-Aged Day　敬老节　Ngày kính lão
9月23日頃	秋分の日　Autumnal Equinox Day　秋分　Ngày thu phân
10月第2月曜日*	スポーツの日　Health and Sports Day　体育节　Ngày thể dục thể thao
11月3日	文化の日　Culture Day　文化节　Ngày văn hoá
11月23日	勤労感謝の日　Labor Thanksgiving Day　勤劳感谢日　Ngày biết ơn người lao động

* 第2月曜日　the second Monday of the month　第二个星期一　thứ 2 lần thứ 2 trong tháng

** 第3月曜日　the third Monday of the month　第三个星期一　thứ 2 lần thứ 3 trong tháng

日本の地理

Geography of Japan

日本的地理　Địa lý Nhật Bản

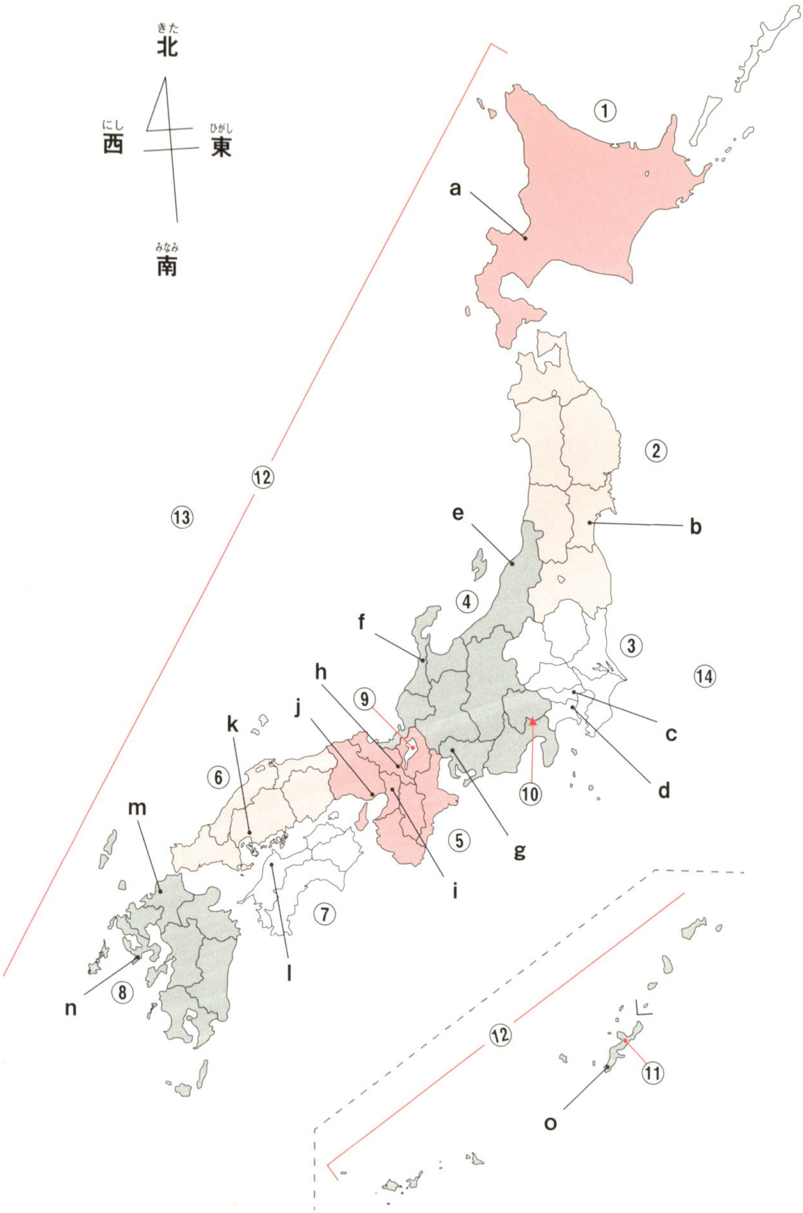

地方 Districts 地方、地区　Vùng	都道府県と都市 Prefectures and Cities　都道府县与城市 Các tỉnh và thành phố
①北海道地方	北海道（a.札幌市）
②東北地方	青森県、岩手県、宮城県（b.仙台市）、秋田県、山形県、福島県
③関東地方	茨城県、栃木県、群馬県、埼玉県、千葉県、東京都（c.東京）、神奈川県（d.横浜市）
④中部地方	新潟県（e.新潟市）、長野県、山梨県、静岡県、富山県、石川県（f.金沢市）、福井県、岐阜県、愛知県（g.名古屋市）
⑤近畿地方*	滋賀県、三重県、京都府（h.京都市）、大阪府（i.大阪市）、奈良県、和歌山県、兵庫県（j.神戸市）
⑥中国地方	鳥取県、島根県、岡山県、広島県（k.広島市）、山口県
⑦四国地方	香川県、徳島県、愛媛県（l.松山市）、高知県
⑧九州地方	福岡県（m.福岡市）、佐賀県、長崎県（n.長崎市）、大分県、宮崎県、熊本県、鹿児島県、沖縄県（o.那覇市）

* 三重県を除いた近畿地方を関西という場合がある。

With the exception of Mie prefecture the Kinki region is called Kansai.
有时将三重县以外的近畿地区叫作关西。
Có trường hợp người ta gọi khu vực Kinki trừ tỉnh Mie là Kansai.

⑨琵琶湖　Lake Biwa　琵琶湖　Hồ Biwa
⑩富士山　Mt. Fuji　富士山　Núi Phú Sỹ
⑪沖縄本島　Main island of Okinawa　冲绳本岛　Đảo chính Okinawa
⑫日本列島　Japanese Archipelago　日本列岛　Quần đảo Nhật Bản
⑬日本海　the Sea of Japan　日本海　Biển Nhật Bản
⑭太平洋　the Pacific Ocean　太平洋　Biển Thái Bình Dương

昭和２０年は何年ですか（しょうわにじゅうねんはなんねんですか）

What year is Showa 20?

昭和20年是几几年?　Năm Showa 20 là năm nào?

西暦	明治・昭和・令和	大正・平成
１８６８年（せんはっぴゃくろくじゅうはちねん）	明治１年（めいじいちねん）	
：	：	
１９１２年（せんきゅうひゃくじゅうにねん）	明治４５年（めいじよんじゅうごねん）	大正１年（たいしょういちねん）
：		：
１９２６年（せんきゅうひゃくにじゅうろくねん）	昭和１年（しょうわいちねん）	大正１５年（たいしょうじゅうごねん）
：	：	
１９４５年（せんきゅうひゃくよんじゅうごねん）	昭和２０年（しょうわにじゅうねん）	
：	：	
１９８９年（せんきゅうひゃくはちじゅうきゅうねん）	昭和６４年（しょうわろくじゅうよねん）	平成１年（へいせいいちねん）
：		：
２０１９年（にせんじゅうきゅうねん）	令和１年（れいわいちねん）	平成３１年（へいせいさんじゅういちねん）
２０２０年（にせんにじゅうねん）	令和２年（れいわにねん）	
：	：	

数字と計算（すうじとけいさん）

Numbers and Calculations

数字与计算　Chữ số và phép tính

◆ 数の読み方（かずのよみかた）　How to read numbers　数量的读法　Cách đọc số

１２３,４５６,７８０,９１２

いっせんにひゃくさんじゅう　よんおくごせんろっぴゃく　ななじゅうはちまん　きゅうひゃくじゅうに

◆ 倍（ばい）　Times　倍　lần

２倍（にばい）　３倍（さんばい）

割合（わりあい）　Percentage, ratio　比例　tỷ lệ

人口（じんこう）の２割（にわり）（２０％（にじゅっパーセント））

◆ 足し算（たしざん）　Addition　加法　phép cộng

引き算（ひきざん）　Subtraction　减法　phép trừ

＋（足す（たす））　Add, plus　加　cộng

－（引く（ひく））　Subtract　减　trừ

＝（は/イコール）　Equal　等于　bằng

５＋３－２＝６（たす　ひく　は）

助数詞（じょすうし） 単位（たんい）

Counter Suffixes, Units
量词，单位　Trợ số từ, Đơn vị

(ひと)つ	つ	Attached to Japanese numerals. Used for things like apples, sweets, and also age　接在和语数词后。也可表示苹果、糖等物品的数量，或是用来表示年龄 Đi kèm số từ của từ thuần Nhật. Còn được dùng để đếm táo, kẹo, tuổi.
こ	個	Counter suffix for things that aren't too big such as apples and sweets 用来数苹果、糖等不怎么大的物品 Đếm những vật không lớn lắm như táo hay kẹo v.v.
さつ	冊	Counter suffix for things made of paper such as books and notebooks 用来数书、笔记本等纸张装订的物品 Đếm những tập giấy như sách hay vở v.v.
まい	枚	Counter suffix for thin things that spread out such as paper, shirts, and plates　用来数纸张、衬衫、盘子等又薄面积又大的物品 Đếm những vật mỏng và trải rộng như giấy, áo sơ-mi, đĩa v.v.
ちゃく	着	Counter suffix for items of clothing such as shirts, suits, coats, etc. 用来数衬衫、西装、外套等衣服 Đếm quần áo như áo sơ-mi, đồ vét, áo khoác v.v.
そく/ぞく	足	Counter suffix for things you wear on your feet such as shoes and socks 用来数鞋子、袜子等穿在脚上的物品 Đếm những vật mang vào chân như giày, tất v.v.
ほん/ぼん/ぽん	本	Counter suffix for long thin things such as pencils and trousers 用来数铅笔、裤子等细长物品 Đếm những vật thuôn dài như bút chì, quần dài v.v.
だい	台	Counter suffix for manufactured products like TVs, fridges, cars, etc. 用来数电视机、冰箱、汽车等机械制品 Đếm sản phẩm cơ giới như ti-vi, tủ lạnh, xe ô-tô v.v.
にん	人	Counter suffix for people　数人数　Đếm người.
めい	名	Counter suffix for people　数人数　Đếm người.
ひき/びき/ぴき	匹	Counter suffix for animals in general such as dogs, birds, fish, etc. 用来数狗、鸟、鱼等普通动物 Đếm động vật nói chung như chó, chim, cá v.v.
はい/ばい/ぱい	杯	Counter suffix for things that hold drinks and food (cups, bowls, etc.) 用来数器皿(杯或碗)中盛放的饮品、食物 Đếm đồ uống, thức ăn nằm trong vật đựng (ly, tô).
かい/がい	階	Counter suffix for stories of a building　用来表示建筑物的楼层数 Nói số tầng của tòa nhà.
かい	回	Counter suffix for number of times　用来表示次数　Nói số lần.
ど①	度	Counter suffix for number of times　用来表示次数　Nói số lần.
はく/ぱく	泊	Counter suffix for number of nights' stay　用来表示留宿天数 Nói số lần nghỉ lại.
ど②	度	Counter suffix for temperature, body temperature, etc. 用来表示体温或气温　Nói nhiệt độ cơ thể hay nhiệt độ không khí.
グラム	g	gram　克　gram
キログラム	kg	kilogram　千克　kilogram
センチメートル	cm	centimeter　厘米　cm
メートル	m	meter　米　mét
ミリリットル	mL／mℓ	milliliter　毫升　ml
リットル	L／ℓ	liter　升　l
シーシー	cc	cubic centimeter　立方厘米　cc
パーセント	%	percent　百分比　phần trăm

世界(せかい)の地理(ちり)

The World

世界地理　Địa lý thế giới

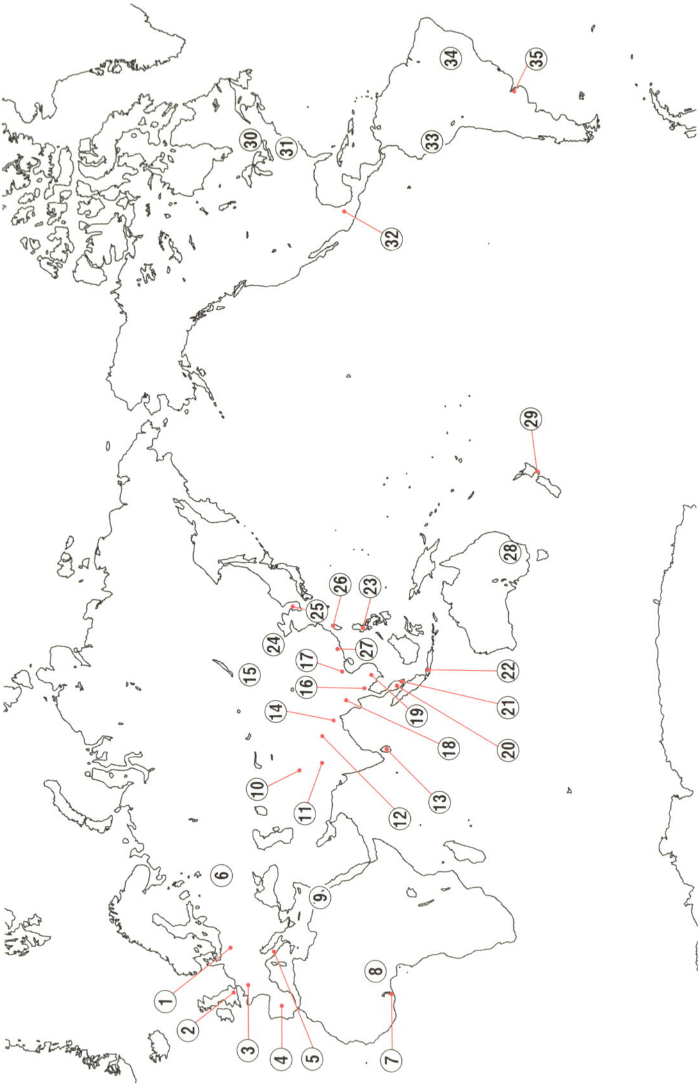

	国と地域（首都） Countries and Regions (capital cities)　国家与地区（首都） Quốc gia và khu vực (thủ đô)
ヨーロッパ	①ドイツ（ベルリン）、②イギリス（ロンドン）、③フランス（パリ）、④スペイン（マドリード）、⑤イタリア（ローマ）、⑥ロシア（モスクワ）
アフリカ	⑦ガーナ（アクラ）、⑧ナイジェリア（アブジャ）、⑨エジプト（カイロ）
アジア	⑩パキスタン（イスラマバード）、⑪インド（ニューデリー）、⑫ネパール（カトマンズ）、⑬スリランカ（スリ・ジャヤワルダナプラ・コッテ）、⑭バングラデシュ（ダッカ）、⑮モンゴル（ウランバートル）、⑯タイ（バンコク）、⑰ベトナム（ハノイ）、⑱ミャンマー（ネーピードー）、⑲カンボジア（プノンペン）、⑳マレーシア（クアラルンプール）、㉑シンガポール、㉒インドネシア（ジャカルタ）、㉓フィリピン（マニラ）、㉔中国（北京）、㉕韓国（ソウル）、㉖台湾、㉗香港
オセアニア	㉘オーストラリア（キャンベラ）、㉙ニュージーランド（ウェリントン）
北アメリカ	㉚カナダ（オタワ）、㉛アメリカ（ワシントンD.C.）、㉜メキシコ（メキシコシティ）
南アメリカ	㉝ペルー（リマ）、㉞ブラジル（ブラジリア）、㉟アルゼンチン（ブエノスアイレス）

色（いろ） / カラー
Colors
颜色　Màu sắc

白（しろ）・ホワイト	white　白色　màu trắng
黒（くろ）・ブラック	black　黑色　màu đen
赤（あか）・レッド	red　红色　màu đỏ
青（あお）・ブルー	blue　蓝色　màu xanh
黄色（きいろ）・イエロー	yellow　黄色　màu vàng
茶色（ちゃいろ）・ブラウン	brown　茶色　màu nâu
緑（みどり）・グリーン	green　绿色　màu xanh lá cây
こげ茶（ちゃ）	dark brown　深棕色　màu nâu sẫm
水色（みずいろ）	light blue　淡蓝色 màu xanh nước biển, xanh nhạt
紺（こん）	navy, dark blue　藏青色、藏蓝色 màu xanh đậm
灰色（はいいろ）・グレー	grey　灰色　màu xám, ghi
紫（むらさき）・パープル	purple　紫色　màu tím
ピンク	pink　粉红色　màu hồng
ベージュ	beige　米黄色　màu beige (nâu vàng nhạt)
オレンジ	orange　橘黄色、橙黄色　màu cam
金色（きんいろ）・ゴールド	gold　金色　màu vàng
銀色（ぎんいろ）・シルバー	silver　银色　màu bạc
無色（むしょく）	colorless　无色　không màu

索引（さくいん）

Index　索引　Mục lục tra cứu

あ

- あ 169
- ああ 153
- あいさつ　挨拶 11
- あいだ　間 88
- アイティー　IT 42
- あう　合う 118
- あかちゃん　赤ちゃん 15
- あがる　上がる 100
- あかんぼう　赤ん坊 15
- あく　空く 118
- アクセサリー 68
- アクセス 22
- あげる 100
- あげる　上げる 100
- あさい　浅い 137
- あじ　味 65
- アジア 23
- あす　明日 19
- あそび　遊び 61
- あっち 89
- あつまる　集まる 118
- あつめる　集める 118
- アドバイス 13
- アナウンサー 46
- アニメ 72
- アニメーション 72
- アプリ 44
- アフリカ 23
- アメリカ 23
- あやまる　謝る 118
- ある 100
- アルコール 66
- アルバイト 45
- アレルギー 25
- あんしょうばんごう 暗証番号 62
- あんしん　安心 139
- あんしんする 安心する 118
- あんぜん　安全 140
- あんな 156
- あんない　案内 80
- あんないじょ 案内所 51
- あんなに 151

い

- いいえ、どういたしまして 168
- イエロー 68
- いか　以下 90
- いがい　以外 90
- いき　行き 22
- いきる　生きる 118
- いくら(〜ても) 155
- いけん　意見 29
- いし　石 94
- いじめ 13
- いじめる 119
- いじょう　以上 89
- いそぐ　急ぐ 100
- いたす　致す 164
- いただく① 164
- いただく②　頂く 164
- いちじきこく 一時帰国 22
- いちど　一度 154
- いちども(〜ない) 一度も(〜ない) 152
- いっしょうけんめい 一生懸命 153
- いってきます 行ってきます 166
- いってらっしゃい 行ってらっしゃい 166
- いっぱい 140
- いない　以内 90
- いなか　田舎 47
- いのる　祈る 119
- イヤホン 65
- イラスト 72
- いらっしゃる① 162
- いらっしゃる② 162
- いる　要る 101
- いろんな 156
- いわい　祝い 12
- 〜いん　〜員 175
- インターネット 43

う

- ウェブサイト 44
- うえる　植える 119
- うかがう①　伺う 165
- うかがう②　伺う 165
- うけつけ　受付 54
- うける　受ける 119
- うごく　動く 119
- うそ 13
- うち 90
- うつ　打つ 119
- うつくしい　美しい 138
- うつす　写す 101
- うつる　移る 119
- うつる 120
- うで　腕 27
- うまい① 136
- うまい② 138
- うら　裏 92
- うりば　売り場 63
- うれしい 136
- うわぎ　上着 67
- うん 169
- うんてん　運転 21
- うんてんしゅ　運転手 46
- うんどう　運動 24
- うんどうかい　運動会 72

え

- エアコン 53
- エーティーエム ATM 48
- えきいん　駅員 46
- えきまえ　駅前 46
- エコ 41
- エコロジー 41
- エスカレーター 54
- えだ　枝 94
- えらぶ　選ぶ 101
- えんりょ　遠慮 29

お

- お〜 174
- おいでになる 163
- おいわい　お祝い 12
- おおく　多く 90
- おおさか　大阪 23
- おかえりなさい お帰りなさい 166
- おかげさまで 167
- おかしい 136
- おかねもち　お金持ち 16
- おきなわ　沖縄 23
- おきば　置き場 85
- おく　億 179
- おくじょう　屋上 54
- おくりもの　贈り物 12
- おくる　送る 101

□おくれる　遅れる　101
□おげんきで
お元気で　166
□おこさん　お子さん　162
□おこす①　起こす　101
□おこす②　起こす　120
□おこなう　行う　120
□おこる　怒る　120
□おさきにしつれいします
お先に失礼します　166
□おじ　15
□おしいれ　押し入れ　53
□おじさん　15, 16
□おしょうがつ　お正月　72
□おじょうさん
お嬢さん　162
□おしらせ　お知らせ　80
□おす　押す　102
□おせわになる
お世話になる　120
□おだいじに
お大事に　167
□おたく　お宅　162
□おちる　落ちる　102
□おっしゃる　163
□おっと　夫　14
□おつり　お釣り　63
□おてあらい　お手洗い　50
□おと　音　86
□おとしより　お年寄り　16
□おとす　落とす　102
□おとな　大人　16
□おどり　踊り　72
□おどる　踊る　102
□おどろく　驚く　102
□おなか　27
□おば　15
□おばさん　15, 16
□おはなみ　お花見　71
□おひる　お昼　65
□おまたせしました
お待たせしました　168
□おまつり　お祭り　72
□おまわりさん
お巡りさん　70
□おみまい　お見舞い　26
□おみやげ　お土産　73
□おめでとうございます　167
□おもいだす
思い出す　120
□おもう　思う　102
□おもさ　重さ　90
□おもちゃ　61
□おもて　表　92
□おや　169
□おゆ　お湯　62
□おりる　下りる　120
□おる　折る　103
□おる　164
□おれい　お礼　12
□おれる　折れる　103
□オレンジ　68
□おわり　終わり　20
□～おわる　～終わる　177
□おんがくか　音楽家　46

か

□～か　～家　175
□カーテン　53
□カード　62
□～かい　～会　175
□かいがん　海岸　93
□かいぎ　会議　45
□かいぎしつ　会議室　54
□かいじょう　会場　85
□かいだん　階段　54
□かいちゅうでんとう
懐中電灯　70
□かいわ　会話　11
□かえり　帰り　23
□かえる　変える　103
□かがく　科学　42
□かがみ　鏡　62
□かくえきていしゃ
各駅停車　23
□がくひ　学費　38
□～がくぶ　～学部　178
□がくわり　学割　38
□～かげつ　～か月　180
□かける①　掛ける　103
□かける②　掛ける　120
□かざる　飾る　121
□かじ　火事　69
□かしこまりました　168
□ガス　51
□ガソリン　21
□ガソリンスタンド　49
□かた　方　162
□～かた　～方　175
□かたい
堅い／固い／硬い　137
□かたち　形　91
□かたづける
片付ける　121
□かたほう　片方　84
□カタログ　62
□かちょう　課長　46
□かつ　勝つ　103
□かっこいい　138
□かっこう　格好　87
□カッター　64
□カップラーメン　66
□かてい　家庭　60
□かど　角　48
□かなしい　悲しい　136
□かならず　必ず　154
□かねもち　金持ち　16
□かのじょ　彼女　17
□カフェ　48
□かぶる　104
□かべ　壁　53
□かまいません　168
□かみ　髪　27
□かみパック　紙パック　66
□かむ　121
□かよう　通う　121
□カラオケ　73
□ガラス　86
□からだ　体　24
□～がる　177
□かれ　彼　17
□かれら　彼ら　17
□～がわ　～側　175
□かわく　渇く　104
□かわく　乾く　121
□かわりに　代わりに　153
□かわる　変わる　103
□かんがえ　考え　29
□かんがえる　考える　121
□かんきょう　環境　40
□かんけい　関係　84
□かんごし　看護師　46
□かんたん　簡単　140
□がんばる　頑張る　104

き

□キー　43
□きかい　機械　39

□きかい　機会　84
□きがつく　気が付く　121
□きけん　危険　140
□きこえる　聞こえる　104
□きこく　帰国　22
□ぎじゅつ　技術　43
□きせつ　季節　93
□きそく　規則　40
□きたない　汚い　139
□きっと　154
□きびしい　厳しい　139
□きぶん　気分　28
□きぶんがわるい　気分が悪い　137
□きまる　決まる　104
□きみ　君　18
□きめる　決める　104
□きもち　気持ち　28
□きもの　着物　67
□きゃく　客　16
□キャンセル　82
□きゅう　急　140
□きゅうきゅうしゃ　救急車　69
□きゅうこう　急行　23
□きゅうしゅう　九州　23
□きゅうりょう　給料　45
□きょういく　教育　34
□きょうかい　教会　47
□～きょうしつ　～教室　178
□きょうそう　競争　13
□きょうと　京都　23
□きょうみ　興味　28
□～キロ　～km　179
□～キロ　～kg　179
□～キログラム　～kg　179
□～キロメートル　～km　179
□きをつける　気を付ける　104
□きんじょ　近所　85

く

□～く　～区　178
□ぐあい　具合　25
□くうき　空気　93
□くうこう　空港　22
□くさ　草　94
□くださる　下さる　163
□くつした　靴下　67
□くび　首　27
□くも　雲　92
□くもり　曇り　93
□くもる　曇る　127
□くやくしょ　区役所　42
□くらべる　比べる　121
□～グラム　～g　179
□グリーン　68
□クリスマス　73
□グレー　68
□くれる　105
□くれる　暮れる　122
□～くん　～君　174

け

□け　毛　61
□けいかく　計画　81
□けいかん　警官　46
□けいけん　経験　82
□けいざい　経済　39
□けいさつ　警察　68
□けいたいでんわ　携帯電話　44
□ケーキ　66
□ケータイ　44
□ゲーム　73
□けが　26
□けしき　景色　73
□けしゴム　消しゴム　64
□けっこんしき　結婚式　12
□けっして(～ない)　決して(～ない)　152
□けれど　157
□けれども　157
□けん　県　42
□～けん　～軒　180
□げんいん　原因　83
□けんか　13
□げんかん　玄関　50
□けんきゅう　研究　37
□けんきゅうしつ　研究室　38
□けんこうほけんしょう　健康保険証　26
□けんさく　検索　44
□けんぶつ　見物　73

こ

□こ　子　14
□ご～　174
□コインランドリー　48
□こう　153
□～ごう　～号　181
□こうがい　郊外　47
□こうぎ　講義　37
□こうぎょう　工業　39
□こうくうびん　航空便　81
□こうこう　高校　34
□こうこうせい　高校生　35
□こうさてん　交差点　48
□こうじょう　工場　39
□こうちょう　校長　35
□こうつう　交通　20
□こうとうがっこう　高等学校　34
□こうばん　交番　68
□こうむいん　公務員　46
□コート　67
□ゴールデンウィーク　71
□ゴールド　68
□こくごじてん　国語辞典　37
□こくさいしゃかい　国際社会　41
□こくさいてき　国際的　143
□こくない　国内　41
□こころ　心　28
□ごしゅじん　ご主人　14
□こしょう　故障　83
□こしをかける　腰を掛ける　122
□ごぜんちゅう　午前中　18
□ごぞんじです　ご存じです　163
□こたえ　答え　37
□ごちそう　65
□こちらこそ　168
□こっち　89
□こと　84
□ことり　小鳥　94
□このあいだ　この間　148
□このくらい　91
□このごろ　この頃　148
□こまかい　細かい　138
□ごみ　64
□ごみばこ　ごみ箱　64
□こむ　混む　105

□こめ　米　66
□ごめんなさい　167
□ごらんになる
ご覧になる　163
□ゴルフ　74
□これから　148
□こわい　怖い　136
□こわす　壊す　105
□こわれる　壊れる　105
□コンサート　71
□こんど　今度　148
□こんな　156
□こんなに　151
□コンビニ　49
□コンピュータ／
コンピューター　43
□こんや　今夜　18

さ

□～さ　176
□さいきん　最近　148
□さいご　最後　20
□さいしょ　最初　20
□サイト　44
□さか　坂　47
□さがす　探す／捜す　105
□さがる　下がる　100
□さかん　盛ん　142
□さき　先　20
□さくら　桜　71
□さげる　下げる　100
□さしあげる
差し上げる　165
□さす　差す　105
□～さつ　～冊　180
□サッカー　74
□さっき　148
□さびしい　寂しい　136
□～さま　～様　174
□さらいげつ　再来月　19
□さらいしゅう　再来週　19
□サラダ　66
□さわぐ　騒ぐ　122
□さわる　触る　122
□さんぎょう　産業　39
□ざんぎょう　残業　45
□サンダル　67
□ざんねん　残念　140

し

□し　市　42
□じ　字　37
□しあい　試合　85
□シーディー　CD　65
□しかた　仕方　83
□しかる　叱る　105
□～しき　～式　175
□しけん　試験　37
□じこ　事故　69
□しこく　四国　23
□じこしょうかい
自己紹介　11
□じしん　地震　69
□じだい　時代　20
□したぎ　下着　67
□したく　支度　60
□しっかり　153
□しっぱい　失敗　82
□しつれいしました
失礼しました　167
□しつれいします
失礼します　167
□じてん　辞典　36
□じてんしゃおきば
自転車置き場　48
□じどうはんばいき
自動販売機　49
□しなもの　品物　63
□しばらく　149
□しま　島　93
□しみん　市民　38
□じむしょ　事務所　51
□シャープペンシル　64
□シャーペン　64
□しゃかい　社会　38
□しやくしょ　市役所　42
□しゃちょう　社長　46
□じゃま　邪魔　143
□ジャム　66
□シャンプー　64
□じゆう　自由　141
□～じゅう①　～中　175
□～じゅう②　～中　175
□しゅうかん　習慣　60
□じゅうしょ　住所　85
□じゅうでん　充電　44
□じゅうどう　柔道　74
□じゅうぶん　十分　141
□しゅうまつ　週末　19
□しゅじん　主人　14
□しゅっせき　出席　36
□しゅっぱつ　出発　22
□しゅみ　趣味　72
□じゅんび　準備　81
□しょうかい　紹介　11
□しょうかき　消火器　69
□しょうがくせい
小学生　34
□しょうがつ　正月　72
□しょうがっこう
小学校　34
□しょうせつ　小説　71
□しょうたい　招待　11
□しょうゆ　66
□しょうらい　将来　19
□ジョギング　25
□しょくじ　食事　65
□しょくりょうひん
食料品　65
□じょせい　女性　17
□しらせる　知らせる　122
□しらべる　調べる　105
□しりあう　知り合う　122
□シルバー　68
□しんかんせん
新幹線　21
□じんこう　人口　40
□じんじゃ　神社　48
□しんせつ　親切　141
□しんど　震度　70
□しんぱい　心配　29, 140

す

□すいえい　水泳　74
□すいどう　水道　51
□ずいぶん　150
□すうがく　数学　36
□スーツ　67
□スーツケース　73
□スーパー　49
□スーパーマーケット　49
□～すぎ①　176
□～すぎ②　～過ぎ　177
□スキー　74
□スキーじょう
スキー場　73
□すぎる　過ぎる　122
□～すぎる　～過ぎる　177
□すぐ　106, 122
□スクリーン　86

スケート 74
すごい 139
すすむ　進む 123
すっかり 150
ずっと① 149
ずっと② 150
すてる　捨てる 106
ストレス 25
すな　砂 94
スニーカー 67
すばらしい
素晴らしい 138
すべる　滑る 123
スマートフォン 44
スマホ 44
すみ　隅 88
すむ　済む 123
すり 69
スリッパ 67
すると 157

せ

せ　背 24
せい　背 24
～せい　～製 176
せいかつ　生活 60
せいさん　生産 39
せいじ　政治 40
せいじか　政治家 46
せいせきしょうめいしょ
成績証明書 38
せいよう　西洋 87
セーター 67
セール 63
せかい　世界 41
せかいじゅう
世界中 41
せき　席 85
せつめい　説明 82
せなか　背中 27
ぜひ 154
セロテープ 64
せわ　世話 60
せわになる
世話になる 120
せん　線 91
ぜんぜん(～ない)
全然(～ない) 152
せんそう　戦争 40
せんたくき　洗濯機 64
～センチ　～cm 179
～センチメートル
～cm 179
せんぱい　先輩 16
せんめんじょ
洗面所 50
せんもん　専門 38
せんもんがっこう
専門学校 34

そ

そう 153
そうじき　掃除機 64
そうたい　早退 36
そうだん　相談 13
そだてる　育てる 123
そつぎょう　卒業 35
そっち 89
そふ　祖父 15
ソフト 43
そぼ　祖母 15
それで 157
それに 157
それはいけませんね 168
それほど(～ない) 152
そろそろ 149
そんな 156
そんなに 151
そんなに(～ない) 152

た

～だい　～代 174
～だい　～台 180
たいいん　退院 26
たいおんけい
体温計 25
だいがくせい
大学生 35
だいじ　大事 141
たいしかん　大使館 42
だいたい 151
たいてい 151
タイプ 87
だいぶ 150
たいふう　台風 70
ダウンロード 44
タオル 64
たおれる　倒れる 106
たかさ　高さ 90
だから 157
たしか　確か 143
たしかに　確かに 154
たす　足す 123
～だす 177
たずねる　訪ねる 123
たずねる　尋ねる 123
ただいま 166
ただしい　正しい 138
たたみ　畳 53
たったいま
たった今 148
たて　縦 91
～だて　～建て 178
たてもの　建物 50
たてる　建てる 106
たてる　立てる 124
たとえば　例えば 155
たな　棚 52
たのしみ　楽しみ 28
たのしむ　楽しむ 124
たのむ　頼む 124
たまに 151
だめ　駄目 141
たりる　足りる 124
だんじょ　男女 17
ダンス 73
だんせい　男性 17
たんにん　担任 35
だんぼう　暖房 50
だんボール
段ボール 64

ち

ち　血 25
チーズ 66
チェック 83
ちから　力 87
チケット 21
ちっとも(～ない) 152
チャージ 63
チャレンジ 28
～ちゃん 174
～ちゅう　～中 176
ちゅうい①　注意 13
ちゅうい②　注意 29
ちゅうがくせい
中学生 34
ちゅうがっこう
中学校 34
ちゅうし　中止 82
ちゅうしゃ　注射 26

□ちゅうしゃじょう
駐車場 49
□～ちょう ～町 178
□～ちょうめ ～丁目 181
□チョコレート 66
□ちり 地理 41

つ

□つかまえる
捕まえる 124
□つき 月 92
□～つき ～月 180
□つく 106
□つける 付ける 124
□つごう 都合 84
□つたえる 伝える 124
□つづく 続く 125
□つづける 続ける 125
□～つづける
～続ける 177
□つつむ 包む 125
□つとめる 勤める 106
□つま 妻 14
□つゆ 梅雨 93
□つり 釣り 73
□つる 釣る 106
□つれていく
連れて行く 106
□つれてくる
連れて来る 107
□つれる 連れる 125

て

□ていねい 丁寧 141
□デート 12
□テキスト 36
□てきとう 適当 143
□できる 107
□できるだけ 152
□でございます 165
□てつだう 手伝う 107
□テニス 74
□では、おげんきで
では、お元気で 166
□てぶくろ 手袋 67
□てら 寺 49
□てん 点 91
□てんいん 店員 46
□でんきだい 電気代 62
□てんきよほう
天気予報 80
□でんしレンジ
電子レンジ 66
□でんち 電池 64
□でんとう 電灯 51
□でんぽう 電報 81
□てんらんかい
展覧会 71

と

□と 都 42
□と 戸 51
□～ど ～度 180
□トイレットペーパー 64
□どう 154
□どういう 156
□どういたしまして 168
□どうきゅうせい
同級生 35
□とうきょう 東京 23
□どうぐ 道具 62
□どうぞおだいじに
どうぞお大事に 167
□とうとう 149
□どうぶつえん
動物園 49
□とおく 遠く 89
□トースター 66
□とおり 通り 49
□とおる 通る 107
□とくに 特に 150
□とくべつ 特別 141
□とこや 床屋 48
□とちゅう 途中 23
□とっきゅう 特急 23
□どっち 89
□とどく 届く 125
□とどける 届ける 107
□どのくらい 151
□とまる 泊まる 107
□とめる 止める 107
□とりかえる
取り替える 107
□どろぼう 泥棒 69
□どんどん 153
□どんな 156

な

□なおす 直す 108
□なおる 直る 108
□なおる 治る 108
□ながさ 長さ 91
□ながさき 長崎 23
□なかなか(～ない) 149
□なく 泣く 108
□なくす 108
□なくなる 125
□なくなる 亡くなる 125
□なげる 投げる 108
□なごや 名古屋 23
□なさる 163
□ならぶ 並ぶ 108
□ならべる 並べる 108
□なる 鳴る 125
□なるべく 152
□なるほど 169
□なれる 慣れる 109

に

□におい 匂い／臭い 86
□にがい 苦い 137
□～にくい 176
□にげる 逃げる 126
□にっき 日記 61
□にほんしゅ 日本酒 66
□にほんせい 日本製 39
□にゅういん 入院 26
□にゅうがく 入学 35
□にゅうがくしけん
入学試験 35
□にる 似る 126
□にんぎょう 人形 72

ぬ

□ぬぐ 脱ぐ 109
□ぬすむ 盗む 126
□ぬる 塗る 109
□ぬるい 137
□ぬれる 126

ね

□ねだん 値段 63
□ねつ 熱 25
□ねっしん 熱心 141
□ねっちゅうしょう
熱中症 26
□ネット 43
□ねぼう 寝坊 61
□ねむい 眠い 137
□ねむる 眠る 126

の

□のこる 残る 126
□のど 喉 24
□のぼる 登る 109

□のりかえる
乗り換える 109
□のりば　乗り場 21
□のりもの　乗り物 21

は

□は　葉 94
□ばあい　場合 84
□バーゲンセール 63
□～パーセント　～% 179
□パート 45
□パートタイム 45
□ばい　倍 90
□～ばい　～倍 180
□バイク 21
□はいけんする
拝見する 165
□はいしゃ　歯医者 46
□バイト 45
□バイバイ 166
□はかる
測る／量る／計る 126
□はこぶ　運ぶ 109
□はさみ 64
□はじめる　始める 109
□～はじめる
～始める 177
□ばしょ　場所 85
□はずかしい
恥ずかしい 136
□バスてい　バス停 49
□パスワード 44
□パソコン 43
□はつおん　発音 36
□はっきり 153
□バッグ 21
□はっぱ　葉っぱ 94
□はなみ　花見 71
□パパ 14
□ハム 66
□はやし　林 94
□はらう　払う 109
□はる　貼る 126
□はれる　晴れる 127
□～はん　～半 176
□～ばん　～番 181
□ばんぐみ　番組 80
□～ばんせん　～番線 180
□はんたい　反対 29
□～ばんち　～番地 181
□はんとし　半年 19
□ハンバーグ 66
□パンフレット 80

ひ

□ひ　火 87
□ひ①　日 18
□ひ②　日 92
□ピアノ 53
□ひえる　冷える 127
□ひかり　光 87
□ひかる　光る 127
□～ひき　～匹 180
□ひきだし　引き出し 52
□ひく　引く 127
□ひげ 24
□ひさしぶり　久しぶり 19
□びじゅつかん
美術館 46
□ひじょうぐち　非常口 69
□ひじょうに　非常に 149
□びっくりする 127
□ひっこす　引っ越す 110
□ひつよう　必要 142
□ひどい 139
□ひとびと　人々 17
□ひゃくじゅうきゅうばん
１１９番 70
□ひゃくとおばん
１１０番 70
□びよういん　美容院 48
□ひらく　開く 110
□ビル 51
□ひるま　昼間 18
□ひるやすみ　昼休み 86
□ひろう　拾う 110
□ひろさ　広さ 91
□ひろしま　広島 23
□ピンク 68

ふ

□ファックス 81
□ふえる　増える 127
□ふかい　深い 137
□ふく　吹く 110
□ふくざつ　複雑 142
□ふくしゅう　復習 36
□ふじさん　富士山 23
□ぶちょう　部長 46
□ふつう①　普通 84
□ふつう②　普通 150
□ふとる　太る 110
□ふとん　布団 53
□ふね　船 22
□ふべん　不便 142
□ふむ　踏む 128
□ブラック 68
□ブルー 68
□プレゼント 12
□ぶんか　文化 70
□ぶんがく　文学 71
□ぶんぽう　文法 37

へ

□ヘアスタイル 87
□～へいほうメートル
～m^2 179
□ベージュ 68
□べつ　別 84
□ペット 61
□ペットボトル 66
□ヘッドホン 64
□ベビーカー 62
□ベル 86
□へん　辺 88
□へん　変 142
□へんじ　返事 11

ほ

□ほいくしょ　保育所 46
□ほいくじょ　保育所 46
□ほう　方 88
□ぼうえき　貿易 39
□ほうそう　放送 80
□ほうりつ　法律 40
□ボール 65
□ぼく　僕 18
□ポケット 67
□ほけんしょ　保健所 42
□ほけんじょ　保健所 42
□ほけんしょう
保険証 26
□ほし　星 92
□ポスト 48
□ボタン 52
□ほっかいどう
北海道 23
□ホッチキス 64
□ほとんど 151
□ほめる　褒める 128
□ホワイト 68
□ほんやく　翻訳 83

ま

□まいる　参る　164
□まがる　曲がる　110
□まける　負ける　103
□まじめ　真面目　142
□まず　155
□まずい　137
□または　157
□〜まち　〜町　178
□まちがえる　間違える　111
□まっすぐ　真っすぐ　142
□まつり　祭り　72
□まにあう　間に合う　128
□ママ　14
□まわり　周り　89
□まわる　回る　128
□まんが　漫画　73
□マンション　50
□まんなか　真ん中　88

み

□ミーティング　45
□みえる　見える　104
□みがく　磨く　128
□みぎがわ　右側　89
□みぎて　右手　27
□みずうみ　湖　93
□みそ　66
□みそしる　みそ汁　66
□みつかる　見付かる　128
□みつける　見付ける　128
□みな　皆　18
□みなと　港　22
□みやげ　土産　73

む

□むかう　向かう　129
□むかえる　迎える　111
□むかし　昔　20
□むし　虫　94
□むすこ　息子　15
□むすこさん　息子さん　15
□むすめ　娘　15
□むすめさん　娘さん　15
□むり　無理　142
□むりしないでください　無理しないでください　168

め

□〜め　〜目　176
□〜メートル　〜m　179
□メール　44
□めしあがる　召し上がる　163
□めずらしい　珍しい　139

も

□もうしあげる　申し上げる　164
□もうしわけありません　申し訳ありません　167
□もうす　申す　164
□もうすぐ　149
□もし　155
□もちろん　154
□もっとも　最も　150
□もどる　戻る　129
□もらう　111
□もり　森　93
□もん　門　50
□もんだい　問題　83

や

□〜や　〜屋　174
□やきゅう　野球　74
□やく　焼く　111
□やくそく　約束　12
□やくにたつ　役に立つ　129
□やける　焼ける　111
□やさしい　優しい　138
□〜やすい　176
□やせる　痩せる　110
□やっと　149
□やっぱり　154
□やはり　154
□やむ　111
□やめる　111
□やめる　辞める　129
□やりかた　やり方　83
□やる①　111
□やる②　129
□やわらかい　柔らかい／軟らかい　138

ゆ

□ゆ　湯　62
□ゆうべ　19
□ゆしゅつ　輸出　40
□ゆにゅう　輸入　40
□ゆび　指　27
□ゆびわ　指輪　67
□ゆめ　夢　88
□ゆれる　揺れる　129

よ

□よう　用　60
□ようい　用意　82
□ようじ　用事　60
□ヨーロッパ　23
□よくいらっしゃいました　168
□よこ　横　92
□よこはま　横浜　23
□よごれる　汚れる　112
□よさ　87
□よしゅう　予習　36
□よてい　予定　81
□よていひょう　予定表　81
□よぶ　呼ぶ　129
□よぼうせっしゅ　予防接種　26
□よやく　予約　81
□よる　寄る　129
□よろこぶ　喜ぶ　130
□よろしい　139
□よろしく　155

り

□リサイクル　41
□〜リットル　〜L／ℓ　180
□りっぱ　立派　143
□リビング　53
□リビングルーム　53
□リポート　37
□リモコン　53
□りゆう　理由　82
□りよう　利用　82
□りょうて　両手　24
□りょうほう　両方　85
□りょかん　旅館　73
□りれきしょ　履歴書　45

る

□るす　留守　61

れ

□れい　零　179
□れいぼう　冷房　51
□れきし　歴史　71
□レジ　63
□レシート　63
□レッド　68
□レポート　37
□れんらく　連絡　80

ろ

□ロボット 43

わ

□わかす　沸かす 130
□わかれる　別れる 112
□わく　沸く 130
□わけ　訳 83
□わすれもの　忘れ物 61
□わたす　渡す 130
□わたる　渡る 112
□わらう　笑う 112
□わりあい　割合 150
□わりあいに　割合に 150
□われる　割れる 112

監修
石井怜子

著者
塩田安佐　　ヒューマンアカデミー
田中和佳子　長沼スクール東京日本語学校
青柳方子
木村典子
細井和代
守屋和美
山崎洋子
米原貴子

翻訳
英語　スリーエーネットワーク
中国語　華東理工大学出版社
ベトナム語　Lê Trần Thư Trúc（レ・チャン・トゥー・チュック）

イラスト
山本和香

装丁・本文デザイン
糟谷一穂

新完全マスター単語 日本語能力試験 N4
重要 1000 語

2022 年 4 月 15 日　初版第 1 刷発行

監　修　石井怜子
著　者　塩田安佐　田中和佳子　青柳方子　木村典子　細井和代
　　　　守屋和美　山崎洋子　米原貴子
発行者　藤嵜政子
発　行　株式会社スリーエーネットワーク
　　　　〒102-0083　東京都千代田区麹町 3 丁目 4 番
　　　　　　　　　　トラスティ麹町ビル 2F
　　　　電話　営業　03（5275）2722
　　　　　　　編集　03（5275）2725
　　　　https://www.3anet.co.jp/
印　刷　倉敷印刷株式会社

ISBN978-4-88319-905-1 C0081